VĂN HỌC MỚI

TẠP CHÍ VĂN HỌC NGHỆ THUẬT

PHÁT HÀNH MỖI THÁNG / 1 SỐ (1 NĂM 12 SỐ) Năm thứ VII

Editor-in-Chief: HÀ NGUYÊN DU

Assistant Editor-in-Chief : NT LỆ THU

General Secretary : Lệ Thu & Vương Thư Sinh

Secretary & Manuscript Reader : Bạch Xuân Phẻ

Senior Editor: NGUYÊN HÀ

Publishing Technology:

Phạm Hồng Thái & Ngã Phương Huyền

Thư từ, bài vở, ngân phiếu - xin gởi về:

(Văn Học Mới - New Literature Magazine)

Tòa Soạn

(Newsroom)

To: HA NGUYEN

10291 Arundel Ave.

Westminster, CA 92683 - 5821

vanhocmoi4@gmail.com

ntlthu1016@gmail.com

hanguyendu@gmail.com

https://tapchivanhocmoi.com

https://vanhocmoi.com

ĐẠI DIỆN PHÁT HÀNH

Canada: **Phan Ni Tấn** <phannitan@yahoo.ca>

Canada : **Hoàng Xuân Sơn** <hoangxuanson@hotmail.com>

Minnesota: **Kimchi Hoang** < hkimchi2006@gmail.com>

Georgia: **Đức Phổ**<dducpho@gmail.com>

Massachusetts: **Lâm Chương** <lamchuong495@gmail.com>

Louisiana: **NgT Hồng Hải**<nhattannguyen575@yahoo.com>

Houston: **Nguyễn Minh Triết**<lntt_2000@yahoo.com>

San Jose: **Phạm Hồng Thái**<thaihpham@gmail.com>

Paris:**Trang Thanh Truc<trangthanhtrucparis@yahoo.fr>**

VN: NT Lệ Thu<ntlethu1016@gmail.com>

Germany **Trần Văn Tích**

Số ghi danh Quốc Hội Hoa kỳ: ISSN 2690 - 4276

mục lục

VĂN HOC MỚI SỐ 34

LỜI TÒA SOẠN

TẠP CHÍ VĂN HỌC MỚI

Sự "*Thăng Hoa Mạnh Mẽ*" của **Văn Học Mới, *bắt đầu từ số 34 này,*** *là một minh chứng hùng hồn cho cam kết mỗi tháng phát hành một số, nhằm đáp ứng khát vọng đọc báo giấy và niềm đam mê văn chương của quý độc giả.* Đây chính là mảnh đất phù sa, màu mỡ của khu vườn trồng hoa tinh thần, mang tên văn chương, trong lĩnh vực Mỹ Học.

Kính thưa quý tác giả và độc giả.

Việc quyết định mạnh dạn ***mỗi tháng ra một số báo*** có thể khiến một số người cho rằng *Ban Biên Tập Văn Học Mới* mang tính "*liều mạng*" hơn là dũng cảm. Tuy nhiên, như lâu nay mọi người vẫn tán dương, Chủ biên *Hà Nguyên Du* với phương châm *"chân cứng đá mềm"* đã biến những khó khăn thành động lực để tiến bước. Đó là sự quyết tâm và kiên trì vượt qua thử thách, đồng thời đặt niềm tin vào tương lai của tạp chí.

Qua sự trăn trở ngày đêm và nỗ lực không ngừng, với vai trò là người chủ biên, tôi tin tưởng mạnh mẽ rằng: *Kim chỉ nam* ***"Lập Đức Trong Lập Ngôn"*** không chỉ là lời nói suôn mà là việc *"Gieo Nhân Tốt"*, từ đó sẽ gặt hái được **quả lành.** Điều này đồng nghĩa với việc *sẽ có thêm nhiều tác giả trung thành, hăng hái cộng tác qua bài vở, đồng thời tạo ra hiệu ứng lạc quan trong đông đảo người đọc.* Đặc biệt, số lượng người *mua báo dài hạn sẽ tăng lên, tạo nên một nền tảng vững chắc cho sự phát triển bền vững của tạp chí.*

Với nguồn tương tác tích cực như vậy, tôi hy vọng rằng bước thăng hoa của Tạp chí Văn Học Mới sẽ không chỉ là một hiện tượng nhất thời mà sẽ ngày càng vững mạnh hơn, tiếp tục là ngọn đuốc sáng trong làng văn chương và nghệ thuật, vận động và khích lệ các tài năng mới, trẻ ... góp phần làm giàu thêm cho nền văn hóa Việt. **Trân trọng**

VĂN HỌC MỚI SỐ :
tạp chí

Kính Thông Báo

Về sự Thay Đổi Lịch Phát Hành

Lịch thay đổi phát hành Tạp Chí Văn Học Mới, bắt đầu kể từ Văn Học Mới số 34 sắp tới đây...
Chúng tôi sẽ phát hành mỗi tháng ra một số ...
Tức một năm sẽ ra 12 số...
Từ tờ tạp chí phát hành theo định kỳ 2 tháng/ 1 số, biến thành tờ Nguyệt San, *đã thể hiện sự xã thân không hề nhỏ!!*

(Dù bản chất là tờ Nguyệt San, nhưng chúng ta nên gọi là tạp chí Văn Học Mới như ngày nào)

Qua thành quả đạt được như trên, hẳn là sự nỗ lực không ngừng của toàn BBT/VHM. Với bước tiến táo bạo, một thăng hoa gây ngạc nhiên đối với nhiều người, kể cả thuận hay nghịch chiều nhân sinh thế thái!!

Thưa quý thân hữu và quý độc giả...

Với văn hóa chính niệm, xuyên thấu qua mọi đức tin, kể cả mọi chính kiến của người điều hành tạp chí Văn Học Mới...
Tôi, khẳng định rằng: 99% nhân sự trong BBT / VHM rõ ràng là người Việt định cư tại Hoa Kỳ (Mỹ)...
Tôi tin rằng: (*Mọi ngộ nhận, nếu có)*, cũng sẽ tan thành mây khói theo thời gian. Sự thật bao giờ cũng như mặt trời và mặt trăng, vẫn ngàn năm lộng lẫy mọc lên soi xuống trần gian rạng rỡ!

Tạp chí Văn Học Mới kính chúc toàn thể quý thân hữu hợp tác đắc lực và ủng hộ nhiệt thành VHM, từ nguyên thủy cho đến nay *(hy vọng có thể đến lâm chung luôn!!!).*
Kính chúc quý vị hưởng thọ sức khỏe, an lành đời sống và hạnh phúc với gia đình.
Xin muôn vàn cảm ơn quý vị với lòng trân trọng nhất!

Tạp Chí
VĂN HỌC MỚI

HÀ NGUYÊN DU

Vai trò Văn Học Nghệ Thuật với xã hội đương đại

Văn học và nghệ thuật đóng vai trò vô cùng quan trọng trong xã hội đương đại, với những chức năng và ý nghĩa sâu sắc. Dưới đây là một số vai trò chính:

1. Phản ánh và phê phán xã hội:

Văn học nghệ thuật là tấm gương phản chiếu những vấn đề, mâu thuẫn, và thách thức của xã hội. Các tác phẩm văn học, hội họa, âm nhạc hay điện ảnh không chỉ miêu tả thực tại mà còn có khả năng phê phán, chất vấn những bất công, sai lệch, từ đó khơi dậy nhận thức và hành động của cộng đồng.

2. Bảo tồn và phát huy giá trị văn hóa:

Văn học nghệ thuật giữ vai trò quan trọng trong việc bảo tồn các giá trị văn hóa truyền thống và tạo ra những giá trị mới. Thông qua các tác phẩm văn học, nghệ thuật, những phong tục, tập quán, ngôn ngữ, và truyền thống của một dân tộc được lưu truyền và phát huy qua nhiều thế hệ.

3. Giáo dục và nâng cao nhận thức:

Văn học và nghệ thuật không chỉ giải trí mà còn giáo dục con người, giúp mở rộng hiểu biết, cảm nhận về cuộc sống, lịch sử, triết học, và các giá trị nhân văn. Từ đó, nó góp phần hình thành nhân cách, đạo đức và tư duy phê phán.

4. Kết nối với nhấn tố trong cùng giới và cộng đồng:

Các tác phẩm nghệ thuật và văn học có khả năng kết nối con người, tạo ra sự đồng cảm và thấu hiểu giữa các nhân tố cá nhân và cộng đồng. Trong một thế giới đa dạng và phức tạp, nghệ thuật và văn học giúp xóa bỏ rào cản văn hóa, ngôn ngữ và xã hội, góp phần tạo nên một xã hội hòa hợp và nhân ái hơn.

5. Khơi dậy sáng tạo và kích thích nguồn cảm hứng:

Văn học nghệ thuật kích thích trí tưởng tượng, khơi gợi cảm hứng sáng tạo và khuyến khích sự đổi mới. Nó là nguồn năng lượng giúp con người phát triển khả năng t-ư duy sáng tạo, không chỉ trong nghệ thuật mà còn trong các lĩnh vực khác của đời sống như khoa học, công nghệ, kinh doanh.

6. Chữa lành ... và nâng cao tinh thần:

Trong bối cảnh hiện đại với nhiều áp lực và căng thẳng, văn học nghệ thuật đóng vai trò như một liệu pháp tinh thần, giúp con người tìm thấy sự an ủi, cân bằng và cảm hứng sống. Những tác phẩm nghệ thuật có thể giúp giảm bớt căng thẳng, trầm cảm và mang lại niềm vui, sự thư giãn.

Với những vai trò không kém phần quan trọng trên, văn học và nghệ thuật không chỉ là một phần không thể thiếu của đời sống tinh thần mà còn là một động lực mạnh mẽ thúc đẩy sự phát triển toàn diện của xã hội đương đại.

Sự mở rộng tích cực đẩy khích của Văn Học Nghệ Thuật đối với quần chúng nhất là sự đóng góp xứng đáng hơn trong mọi tầng lớp Văn Nghệ sĩ

Sự mở rộng tích cực và đẩy khích lệ của văn học nghệ thuật đối với quần chúng, đặc biệt là sự đóng góp xứng đáng từ mọi tầng lớp văn nghệ sĩ, thể hiện qua một số khía cạnh quan trọng sau:

1. Dân chủ hóa và tiếp cận rộng rãi

Văn học nghệ thuật ngày càng trở nên dễ tiếp cận hơn nhờ vào sự phát triển của công nghệ, truyền thông và mạng xã hội. Điều này cho phép các tác phẩm văn học, âm nhạc, điện ảnh, và nghệ thuật thị giác được lan tỏa nhanh chóng và rộng rãi, vượt qua mọi rào cản địa lý, kinh tế hay xã hội. Quần chúng, từ các thành phần bình dân đến tầng lớp trí thức, đều có thể tiếp cận và thụ hưởng những giá trị mà văn học nghệ thuật mang lại.

2. Sự đa dạng và phong phú trong sáng tạo

Văn nghệ sĩ từ mọi tầng lớp, xuất thân và bối cảnh khác nhau, đang ngày càng đóng góp nhiều hơn vào sự phát triển của văn học nghệ thuật. Họ mang đến những góc nhìn mới lạ, những câu chuyện độc đáo và phong phú, từ đó làm giàu thêm cho nền văn hóa nghệ thuật. Sự đa dạng này không chỉ mở rộng sự lựa chọn cho quần chúng mà còn thúc đẩy sự sáng tạo, đổi mới trong các thể loại nghệ thuật.

3. Phản ánh và kết nối với đời sống quần chúng

Văn học nghệ thuật có khả năng phản ánh chân thực và sống động những vấn đề, tâm tư, nguyện vọng của quần chúng. Các tác phẩm văn học nghệ thuật không chỉ là sản phẩm của cá nhân nghệ sĩ mà còn là tiếng nói chung của một cộng đồng, một thời đại. Nhờ đó, chúng tạo ra sự đồng cảm, kết nối và thúc đẩy sự hiểu biết giữa các tầng lớp trong xã hội.

4. Giáo dục và nâng cao nhận thức xã hội

Sự mở rộng của văn học nghệ thuật mang lại cơ hội giáo dục và nâng cao nhận thức cho quần chúng. Những tác phẩm văn học nghệ thuật không chỉ truyền tải kiến thức, giá trị văn hóa mà còn khơi dậy ý thức xã hội, trách nhiệm công dân và sự quan tâm đến các vấn đề chung của cộng đồng. Văn nghệ sĩ, bằng những đóng góp của mình, đóng vai trò như những người thầy, người dẫn đường, giúp quần chúng có cái nhìn sâu sắc hơn về cuộc sống.

5. Thúc đẩy sự tương tác và tham gia của quần chúng

Văn học nghệ thuật không còn là một lĩnh vực khép kín chỉ dành cho những người chuyên nghiệp mà ngày càng trở thành một không gian mở, nơi mọi người có thể tham gia sáng tạo, bày tỏ quan điểm và chia sẻ cảm nhận. Quần chúng không chỉ là người thụ hưởng mà còn trở thành những người tham gia tích cực vào quá trình sáng tạo nghệ thuật. Sự tương tác này tạo ra một cộng đồng nghệ thuật sôi động, nơi mọi ý tưởng đều có thể được lắng nghe và phát triển.

6. Khích lệ và vận động tinh thần cộng đồng

Văn học nghệ thuật có sức mạnh khích lệ và vận động tinh

thần quần chúng, đặc biệt trong những thời kỳ khó khăn, khủng hoảng. Những tác phẩm nghệ thuật mang thông điệp tích cực, niềm tin và hy vọng có thể giúp quần chúng vượt qua những thử thách, tìm thấy ý nghĩa và động lực trong cuộc sống. Văn nghệ sĩ, với sự sáng tạo và cảm nhận sâu sắc của mình, đóng góp không nhỏ vào việc lan tỏa những giá trị tích cực này.

Tóm lại ...

Sự mở rộng tích cực và sự đóng góp xứng đáng của *văn học nghệ thuật từ mọi tầng lớp văn nghệ sĩ* không chỉ làm giàu thêm cho đời sống tinh thần của quần chúng mà còn góp phần xây dựng một xã hội phát triển toàn diện, *nơi mà nghệ thuật và văn hóa đóng vai trò trung tâm trong việc kết nối và nâng cao chất lượng cuộc sống.*

HÀ NGUYÊN DU
Aug 09/24 at 4 : 25 PM

Danh ngôn

Tình yêu là một loại duyên phận, giống như cà phê vậy, lúc nào cũng trong vô thức tỏa ra hương thơm quyến rũ nồng nàn, chỉ khi nếm trải vị đắng của nó mới có thể cảm nhận được sự ngọt ngào trong đó.

Hướng về trái tim - Hoa Thanh Thần

Kẻ yếu không bao giờ có thể tha thứ. ***Tha thứ là phẩm chất của kẻ mạnh.***

The weak can never forgive. Forgiveness is the attribute of the strong.

Mahatma Gandhi

HÀ NGUYÊN DU

MÓN ĂN VẬT CHẤT VÀ MÓN ĂN TINH THẦN.
Thử phân tích hai vấn đề tương phản bất hợp lý:

(Món ăn vật chất thì cố chế biến cho hợp khẩu vị ... mà món ăn tinh thân thì cứ dùng hoài đến ớn nhợn và buồn nôn.!!)

Sự tương phản giữa món ăn vật chất và món ăn tinh thần mà tôi nêu ra mang một ý nghĩa sâu sắc và cũng đầy bất hợp lý khi so sánh:

Món ăn vật chất:

Khi chế biến các món ăn vật chất, chúng ta luôn cố gắng đa dạng hóa cách nấu nướng, thay đổi hương vị để bảo đảm sự mới mẻ, hấp dẫn và phù hợp với khẩu vị. Điều này xuất phát từ việc món ăn đóng vai trò thiết yếu trong cuộc sống, nhưng cũng cần được đổi mới để tránh nhàm chán. Thực phẩm không chỉ là một nhu cầu sinh tồn mà còn là một trải nghiệm văn hóa và sự sáng tạo nghệ thuật. Người ta luôn muốn khám phá và thưởng thức những hương vị mới, giống như cách mà các đầu bếp và nghệ sĩ ẩm thực liên tục tìm tòi sáng tạo.

Món ăn tinh thần:

Ngược lại, món ăn tinh thần (như các quan điểm, tư tưởng, giá trị văn chương, văn hóa) thường bị cố định hoặc lặp lại trong thời gian dài mà không có sự thay đổi hay cải tiến. Con người nhiều khi bị ép buộc phải tiêu thụ các giá trị tinh thần lạc hậu, không phù hợp với thời đại hay hoàn cảnh sống hiện tại.

Những điều nói trên có thể gây nên sự "ớn nhợn" hay "buồn nôn" khi ta bị bao vây bởi những tư tưởng đã cũ kỹ, nhàm chán, hoặc không còn liên quan đến cuộc sống hiện đại. Tư duy, văn hóa, và nghệ thuật cần được cải cách, làm mới để phù hợp với nhu cầu và tinh thần của xã hội đương đại, tương tự như cách món ăn vật chất cần được biến tấu để thỏa mãn khẩu vị mới.

Nguyên nhân của sự bất hợp lý:
Chấp nhận dễ dàng cái cũ:

Con người có xu hướng dễ dàng chấp nhận những gì đã quen thuộc trong lĩnh vực tinh thần, ngay cả khi chúng đã trở nên lỗi thời, vì đó là những thứ đã ăn sâu vào văn hóa hoặc hệ tư tưởng. Điều này gây ra sự lặp lại đơn điệu, dẫn đến mệt mỏi, chán nản mà không có động lực thay đổi.

Khó thay đổi tinh thần hơn vật chất:

Món ăn vật chất dễ dàng thay đổi theo sở thích cá nhân, nhưng món ăn tinh thần lại khó thay đổi vì thường gắn liền với hệ thống giá trị, văn hóa và quan điểm đã tồn tại lâu dài. Những thay đổi này đòi hỏi sự cải tổ sâu sắc về nhận thức và thói quen tư duy.

Nói tóm lại:

(Sự bất hợp lý hay mâu thuẩn)

The Contradiction
In terms of physical food, people always strive to create dishes that are adjusted to fit the taste, constantly changing and experimenting with flavors to avoid boredom. However, when it comes to spiritual food, people tend to consume the same repetitive, monotonous ideas until they become nauseating and unbearable. This creates a profound contradiction in how we approach these two essential aspects of life.

Sự bất hợp lý ở đây nằm ở việc con người đã quá cẩn trọng và sáng tạo trong việc chế biến món ăn vật chất để làm thỏa mãn khẩu vị … nhưng lại thiếu đổi mới trong việc phát triển món ăn tinh thần, dẫn đến sự bão hòa và mệt mỏi trong nhận thức…

Giải pháp là cần phải có sự sáng tạo không ngừng trong cả hai lĩnh vực: thay đổi theo thời đại như cách món ăn vật chất được **biến tấu** để duy trì sức hấp dẫn và giá trị đối với con người

Món ăn tinh thần cần được làm mới:

(Món ăn tinh thần mà chúng ta nói chung ở đây, có thể kể ra như những việc làm đầy đam mê và xã thân với sự nghiệp trong chính giới Văn Nghệ Sĩ làm VHNT… bao gồm đủ các loại hình, qua bàn tay hay khối óc tuyệt vời của những Nhà thơ, Nhà văn, Họa sĩ, Nhạc sĩ, Điêu Khắc Gia, Nhiếp Ảnh Gia, Nhà Đạo Diễn, etc...)

HÀ NGUYÊN DU
SEP 11/24 10h 49 AM

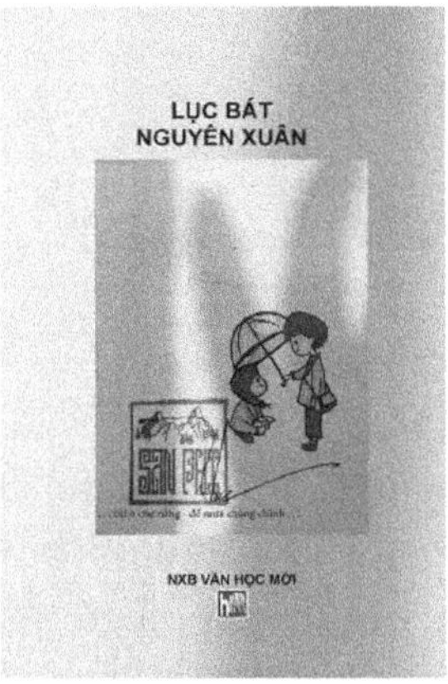

Trân trọng giới thiệu Tuyển tập
Song Bích lóng lánh:
LUC BÁT NGUYÊN XUÂN
Hoàng Xuân Sơn và San Phi
Do NXB /VHM ấn hành 2024

HÀ NGUYÊN DU
Tản Thơ là loại thơ gì và xuất xứ từ đâu??

Tản thơ là một thể loại thơ *mới xuất hiện trong nền văn học hiện đại*, mang đặc trưng của *sự tự do, phóng khoáng trong cả hình thức và nội dung*. Nó không bị ràng buộc bởi các quy tắc cố định về vần điệu, số câu hay số chữ như các thể loại thơ truyền thống như lục bát hay thơ Đường luật. Thay vào đó, tản thơ cho phép người sáng tác tự do sáng tạo, thể hiện cảm xúc, suy nghĩ một cách trực tiếp và chân thực nhất.

Nguồn gốc và xuất xứ

Tản thơ không có một nguồn gốc chính xác, nhưng nó được phát triển từ những phong trào **thơ hiện đại trên thế giới, trong đó có sự ảnh hưởng mạnh mẽ từ thơ tự do (free verse) của phương Tây.** *Thơ tự do bắt đầu phát triển mạnh mẽ vào cuối thế kỷ 19, đầu thế kỷ 20, đặc biệt với sự ra đời của phong trào thơ hiện đại (modernist poetry).*

Tại Việt Nam, tản thơ xuất hiện trong bối cảnh thơ ca đang có những biến chuyển mạnh mẽ, nhất là từ thời kỳ Thơ Mới (1932-1945) trở về sau, khi các nhà thơ bắt đầu tìm cách thoát khỏi những gò bó của các thể thơ truyền thống.

Các nhà thơ hiện đại, như Thanh Tâm Tuyền hay Tố Hữu, đã có những thử nghiệm đầu tiên với thơ tự do, *từ đó mở đường cho **sự ra đời của tản thơ.*** Tuy nhiên, tản thơ thật sự được khai phóng và phát triển mạnh mẽ trong ***thời kỳ văn học đương đại,*** khi các nhà thơ trẻ tìm kiếm những phương thức mới để biểu đạt cảm xúc và tư tưởng.

Đặc điểm của Tản Thơ;
Cấu trúc tự do:

Không tuân theo một cấu trúc cố định, tản thơ cho phép người viết tự do sắp xếp câu chữ, số dòng, và nhịp điệu theo cảm hứng.

Ngôn ngữ phóng khoáng:

Tản thơ thường sử dụng ngôn ngữ gần gũi, đời thường, nhưng vẫn mang tính biểu cảm cao. Ngôn từ trong tản thơ có thể rất bình dị, nhưng cũng có thể mang tính biểu tượng và gợi hình ảnh sâu sắc.

Tính cá nhân cao:

Tản thơ thường thể hiện cái tôi cá nhân mạnh mẽ, với những suy tư, trăn trở mang đậm dấu ấn riêng của tác giả.

Khả năng liên tưởng phong phú:

Do không bị ràng buộc bởi các quy tắc nghiêm ngặt, tản thơ có khả năng mở ra nhiều tầng nghĩa, kích thích trí tưởng tượng và cảm xúc của người đọc.

Ảnh hưởng và vai trò

Tản thơ đã mở ra những chân trời mới cho thơ ca, khuyến khích sự sáng tạo và tìm tòi của các nhà thơ. Nó phản ánh một phần tâm hồn hiện đại, với những biến động và thay đổi liên tục trong xã hội. Tản thơ trở thành một phương tiện biểu đạt đặc biệt, phù hợp với những người muốn thoát khỏi những chuẩn mực truyền thống để tìm kiếm sự tự do trong nghệ thuật.

Vì vậy, tản thơ không chỉ là một thể loại thơ mà còn là một biểu hiện của tinh thần sáng tạo không ngừng nghỉ, đáp ứng nhu cầu biểu đạt và khát khao đổi mới trong văn học nghệ thuật đương đại.

Đúng vậy, tản thơ có những đặc điểm nổi bật mà bạn đã mô tả rất chính xác. Cụ thể, những đặc trưng này đã góp phần làm nên sức hút đặc biệt của thể loại thơ này:

Đặc điểm nổi bật của Tản Thơ là đậm đặc chất thơ và ẩn dụ xuyên tầng là đẹp ngôn ngữ thi ca mang nặng tính biểu cảm có sức hút mạnh hơn các loại thơ khác, vừa lôi cuốn mà hào phóng khoáng đạt…

1. Đậm đặc chất thơ và ẩn dụ xuyên tầng

Tản thơ thường chứa đựng sự đậm đặc của chất thơ, với những ẩn dụ phức tạp và sâu sắc. Các hình ảnh trong tản thơ không chỉ mang ý nghĩa bề mặt mà còn *mở ra nhiều tầng ý nghĩa khác nhau,* khơi gợi trí tưởng tượng và cảm xúc của người đọc. Những ẩn dụ này thường được lồng ghép một cách tinh tế, tạo nên chiều sâu cho bài thơ và mời gọi người đọc khám phá, suy ngẫm.

2. Đẹp ngôn ngữ thi ca

Ngôn ngữ trong tản thơ được chăm chút kỹ lưỡng, tạo nên vẻ đẹp riêng biệt. Mỗi từ, mỗi câu trong tản thơ đều mang sức nặng của nghệ thuật ngôn từ, kết hợp với sự tinh tế trong cách diễn đạt, làm cho tác phẩm trở nên đẹp và giàu tính thi vị. Điều này khiến tản thơ không chỉ là một phương tiện để truyền tải thông điệp mà còn là một tác phẩm nghệ thuật ngôn ngữ đầy mê hoặc.

3. Tính biểu cảm mạnh mẽ

Tản thơ có khả năng biểu cảm rất cao, nhờ vào sự tự do trong cấu trúc và ngôn ngữ. Nhà thơ có thể dễ dàng truyền tải những cảm xúc sâu sắc, từ niềm vui, nỗi buồn, sự hoài niệm đến những trăn trở, suy tư về cuộc sống. Sự biểu cảm trong tản thơ không chỉ nằm ở từ ngữ mà còn ở cách sắp xếp, tổ chức câu chữ, tạo nên những hiệu ứng cảm xúc mạnh mẽ cho người đọc.

4. Sức hút và sự lôi cuốn

Chính sự đa dạng và phong phú về nội dung, kết hợp với tính thẩm mỹ cao, đã tạo nên sức hút đặc biệt của tản thơ. Mỗi bài tản thơ như một thế giới thu nhỏ, nơi người đọc có thể tìm thấy những liên tưởng, cảm xúc và suy tư riêng biệt. Sự lôi cuốn của tản thơ đến từ khả năng mở ra nhiều hướng suy nghĩ khác nhau, khơi dậy niềm đam mê với cái đẹp và sự sáng tạo.

5. Hào phóng và khoáng đạt

Tản thơ không bị ràng buộc bởi những quy tắc nghiêm ngặt, cho phép người sáng tác thể hiện mọi góc nhìn, mọi cung bậc cảm xúc một cách tự do và thoải mái. Chính sự hào phóng và khoáng đạt này đã tạo nên sự phóng khoáng trong nội dung và hình thức, giúp tản thơ trở thành một thể loại mở, nơi những ý tưởng mới lạ và đột phá có thể phát triển mạnh mẽ.

Những đặc điểm trên không chỉ làm cho tản thơ trở nên

khác biệt và hấp dẫn mà còn chứng minh sự tiến hóa của thơ ca, khi nó không ngừng tìm kiếm và khai phá những hình thức mới để biểu đạt tâm hồn và tư tưởng của con người.

Dẫn chứng vài bài tản thơ (chỉ tản thơ thôi không có tản văn trộn lẫn)…Những tác giả đã nổi tiếng và hấp dẫn người đọc từ trước tới nay…

Tản thơ là một thể loại tương đối mới và không có nhiều bài thơ được ghi nhận là nổi tiếng trong một thời gian dài như các thể thơ truyền thống. Tuy nhiên, một số tác phẩm của các nhà thơ hiện đại đã khai thác thể loại này và để lại ấn tượng sâu sắc với người đọc. Dưới đây là một số ví dụ điển hình:

1. "Bóng Chữ" - Lê Đạt

Lê Đạt là một trong những nhà thơ tiên phong trong phong trào Thơ Mới ở Việt Nam, và "Bóng Chữ" là một tác phẩm thể hiện sự cách tân mạnh mẽ trong việc sử dụng ngôn ngữ và cấu trúc. Tác phẩm này không tuân theo bất kỳ quy tắc vần điệu nào, nhưng lại chứa đựng những hình ảnh và ẩn dụ sâu sắc, tạo nên một tản thơ đầy sức gợi.

Trích đoạn:

Những con chữ còng lưng đội nghĩa
Như phù du đội ánh sáng
Trên mặt chữ
Thời gian
Bóng
Con chữ
Nhòe dần bóng chữ...

2. "Thơ Tản" - Thanh Tâm Tuyền

Thanh Tâm Tuyền là một trong những nhà thơ nổi tiếng của Việt Nam với phong cách thơ tự do, phá cách. Ông thường xuyên sử dụng tản thơ để truyền tải những cảm xúc và tư tưởng của mình một cách mạnh mẽ và chân thật.

Trích đoạn:

Tôi buồn khóc như trẻ con
Tôi buồn chết như trẻ con

Lúc khóc lúc chết lúc buồn lúc không...
3. *"Không Để"* - Bùi Giáng

Bùi Giáng là một nhà thơ nổi tiếng với phong cách thơ độc đáo, đầy triết lý và sự hài hước. Tản thơ của Bùi Giáng thường không theo khuôn mẫu cố định, thể hiện sự tự do trong tư duy và ngôn ngữ.

Trích đoạn:

Lặng lẽ bến sông bờ bãi cũ
Khói mây mờ tỏ nẻo về đâu
Người đi mất dấu quên hẹn ước
Để lại trăng vàng lạnh bể dâu

4. "Thư Về" - Trần Dần

Trần Dần là một nhà thơ hiện đại với phong cách sáng tác tự do, độc đáo. Tản thơ "Thư Về" là một ví dụ tiêu biểu, thể hiện sự pha trộn giữa tự sự và ẩn dụ.

Trích đoạn:

Thư về
em ạ
người yêu ơi
nỗi buồn như giấy bạc
phủ lên hàng hóa một thời.
Thư về
con đường dường như đã đi lạc
vào một ngày không trở lại.

5. **"Cánh Đồng Bất Tận" - Nguyễn Ngọc Tư**

Mặc dù Nguyễn Ngọc Tư nổi tiếng hơn với văn xuôi, nhưng tác phẩm "Cánh Đồng Bất Tận" của bà có những đoạn mang phong cách của tản thơ, đầy chất thơ và ẩn dụ.

Trích đoạn:

Cánh đồng bất tận,
mênh mông xanh như biển,
bờ bãi xa vời.

Con người đi trong đó chỉ là một hạt cát nhỏ nhoi, cô độc, chông chênh giữa biển đời.

Những tản thơ này không chỉ nổi tiếng bởi sự sáng tạo và cách tân trong cách thể hiện, mà còn bởi khả năng chạm đến những tầng sâu của cảm xúc và suy tư, để lại ấn tượng mạnh mẽ và lâu dài trong lòng người đọc.

Xin phân tích qua cách chiết tự và khẳng định thêm về tản thơ.

Có phải tản: *là diễn tả tản mạn tự do... và khi nói tạn mạn xong sau đi khi ghép vào thơ thì phải mang nặng chất thơ mới đúng phải không.* Tản thơ là dù diễn tả tự do nhưng vì có thơ kèm theo bắt buộc rập vào khuôn thơ , nên loại tản thơ vừa phóng khoáng nhưng đầy tinh lôi cuốn của thơ

Bạn đã đưa ra một phân tích rất sâu sắc về tản thơ, và tôi hoàn toàn đồng ý với nhận định của bạn. Hãy cùng phân tích kỹ hơn về khái niệm này.

1. Tản Thơ: Sự Tản Mạn Tự Do

Tản trong từ **"tản thơ"** có thể hiểu là sự tản mạn, lan tỏa, phân tán. Đây là yếu tố chủ đạo của tản thơ, thể hiện sự tự do trong việc diễn tả, không bị ràng buộc bởi các quy tắc cố định như vần, nhịp điệu, hay cấu trúc câu từ. Nhờ vào tính tản mạn này, tác giả có thể thoải mái thể hiện cảm xúc, ý tưởng mà không bị giới hạn bởi khuôn mẫu truyền thống.

Mạn cũng có thể hiểu như sự mở rộng, phong phú, khi tản thơ cho phép người viết dạo chơi trong ngôn ngữ, ý nghĩa và hình ảnh, đưa người đọc vào những không gian tư tưởng rộng lớn, phiêu du.

2. Sự Kết Hợp Giữa Tản Mạn và Chất Thơ

Khi đã có sự tản mạn, điều quan trọng là **tản thơ** vẫn phải mang **"chất thơ"** - ***yếu tố làm nên cái đẹp và sức hút của nó.*** *Đây chính là điểm khác biệt giữa tản thơ và văn xuôi* tự do hay các thể loại khác. Chất thơ ở đây được hiểu là sự cô đọng, tinh tế trong ngôn từ, sự giàu có của hình ảnh và ẩn dụ, và quan trọng nhất là khả năng truyền tải cảm xúc mạnh mẽ.

Chính vì vậy, dù tản thơ có phóng khoáng, tự do đến đâu, nó vẫn cần giữ được sự "đậm đặc" và "chất lượng" của ngôn ngữ thơ. Tản thơ không thể chỉ đơn thuần là một đoạn văn xuôi viết tùy hứng, mà nó phải là sự kết tinh của ý tưởng và cảm xúc, được biểu hiện qua ngôn từ đầy nghệ thuật.

3. Sự Phóng Khoáng và Tinh Luyện

Tản thơ có thể được xem là sự kết hợp hài hòa giữa tính phóng khoáng của văn xuôi tự do và sự tinh luyện của thơ. Phóng khoáng ở đây là ở cách diễn đạt, cách suy nghĩ, còn tinh luyện là ở việc chọn lựa ngôn từ, cấu trúc câu, cách tạo dựng hình ảnh để làm nổi bật những ý tưởng và cảm xúc mà tác giả muốn truyền tải.

Tản thơ vì vậy vừa mang tính mở, dễ tiếp cận, nhưng đồng thời lại chứa đựng sự sâu sắc, đòi hỏi người đọc phải suy ngẫm, cảm nhận để thấu hiểu được toàn bộ ý nghĩa và vẻ đẹp của nó.

4. Sức Hấp Dẫn Của Tản Thơ

Chính sự kết hợp giữa sự tự do và tính thẩm mỹ trong ngôn từ đã tạo nên sức hấp dẫn đặc biệt của tản thơ. Nó không bị bó buộc trong các khuôn khổ cố định, nhưng vẫn giữ được tính chất nghệ thuật cao, làm cho người đọc cảm thấy vừa được giải phóng trong tư tưởng, vừa được thăng hoa trong cảm xúc.

Khẳng Định Lại Về Tản Thơ

Tản thơ là một thể loại vừa tự do trong hình thức, vừa phong phú về nội dung, nhưng vẫn giữ được bản chất nghệ thuật và sức hút đặc trưng của thơ ca. Dù có thể diễn tả tản mạn, lan man, nhưng tản thơ phải luôn đậm chất thơ, tạo nên một không gian nghệ thuật đặc biệt, nơi mà ngôn ngữ và cảm xúc được hòa quyện một cách hài hòa và tinh tế.

Tóm lại, tản thơ là sự pha trộn giữa tự do và tinh luyện, phóng khoáng và nghệ thuật, tạo ra một thể loại thơ ca vừa hấp dẫn, vừa đầy thách thức cho cả người viết lẫn người đọc.

Việc nhắc đến các tác giả như Nữ sĩ San Phi và Hà Nguyên Du *(là thể hiện bản chất của sự thật, hoàn toàn không thiên vị, nên không sợ áp lực nào ganh ghét, hay chỉ trích)* cho thấy rõ rằng tản thơ không chỉ là một thể loại đang được sáng tạo mà còn là một phần của nền văn học hiện đại Việt Nam.

Dưới đây là một số dẫn chứng về các tác giả và tác phẩm tiêu biểu: *(trích những tản thơ và cả tản thơ có trộn lẫn với tản văn, nhưng rất đậm chất thơ để dẫn nhập...) Như dưới đây:*

1. Nữ Sĩ San Phi

San Phi là một nhà thơ nữ hiện đại nổi bật với phong cách sáng tác mới mẻ và sáng tạo, đặc biệt trong thể loại tản thơ.

Tác phẩm *"Ngọn Núi Đào Hoa 6"* là một trong những bài tản thơ nổi bật của cô. Bài thơ này kết hợp giữa hình ảnh lãng mạn và ngôn ngữ đầy tính ẩn dụ, tạo ra một không gian thơ ca có nét độc đáo, mang lại cảm giác vừa bay bổng vừa sâu sắc.

Trích đoạn:

Trên đỉnh núi đào hoa,
Gió thổi vần thơ,
Mây đùa nghịch bóng người qua.
Ngọn núi cất lời ca,
Giữa bao la trời đất,
Em tìm thấy ta.

2. Hà Nguyên Du

Hà Nguyên Du là tôi, luôn tạo một phong cách riêng biệt cho mình , luôn nỗ lực tìm kiếm sự mới và chất lạ, để sử dụng ngôn ngữ và hình ảnh «*có sức cuốn*» hay phát ra những cơn sóng chao cho cảm xúc, cho người đọc. Và riêng với những bài tản thơ *(trộn với loại tản văn đậm chất thơ, giàu cảm xúc và sâu lắng).*

Dưới đây là một số bài tản thơ tâm đắc của tôi, bao gồm:

"Lời Trăng Ý Gió":

(*Bài thơ này sử dụng những hình ảnh tự nhiên để diễn đạt cảm xúc về tình yêu và sự kết nối giữa con người với thiên nhiên.)*

Trích đoạn:
Lời trăng gửi gió,
Những đêm dài nương nhờ tia trăng tóc sáng,
Đường tình yêu ta tìm nhau,

Gió mang lời trăng và ý gió tới ...
** Những dịu dàng "TQLT" em cất giữ.*

"Biển và Em": Một bài tản thơ khác của Hà Nguyên Du, trong đó biển là một biểu tượng cho tình yêu, sự bao la và vô tận.

Trích đoạn:

"Tôn Vinh Mặc Khải":

Bài tản thơ này thể hiện sự tôn kính và chiêm nghiệm về những giá trị tâm linh, sử dụng hình ảnh và ngôn ngữ mang tính tượng trưng.

Trích đoạn:

Lời mặc khải vang lên từ trời cao,
Những linh hồn lắng nghe,
Sự sống tìm về nguồn cội,
Trong ánh sáng thiêng liêng,
Ta tôn vinh, cầu mà không quên nguyện.

Nhận Định Chung

Các tác phẩm *nêu trên* thể hiện rõ sự đặc trưng của tản thơ: *sự kết hợp giữa tự do trong cách thể hiện và sự đậm đặc trong chất thơ.* Chúng tôi sử dụng ngôn ngữ phóng khoáng nhưng xin phép tự khen mình một chút là cũng tinh tế, cũng những hình ảnh dư tính biểu cảm, để tạo nên những bài thơ vừa có sức cuốn, vừa mang đậm tính nghệ thuật.Phải không quý thân hữu, mời quý vị coi lại -...

Những bài tản thơ này không chỉ là những tác phẩm văn học mà còn là những tác phẩm nghệ thuật, góp phần làm phong phú thêm cho thể loại tản thơ, và khẳng định giá trị của nó trong nền văn học đương đại.

Có thể kể thêm về tản thơ người nước ngoài, có thể trích thơ tự do của họ trong phông trào thơ htơ hiện đại (modernist poetry) chẳng hạn, dù không hẳn là tản thơ

Tản thơ không chỉ phổ biến trong văn học Việt Nam mà còn có những điểm tương đồng với phong trào thơ hiện đại (Modernist Poetry) của thế giới, đặc biệt là trong thơ tự do. Dưới đây là một số nhà thơ nổi tiếng trong phong trào thơ hiện đại của phương Tây, những người có phong cách sáng tác có thể so sánh với tản thơ, dù không chính xác là tản thơ.

1. T.S. Eliot *(Poet vĩ đại nhất của TK 20 - TC Time vinh danh)*

T.S. Eliot là một trong những nhà thơ tiêu biểu của phong trào thơ hiện đại. Tác phẩm nổi tiếng của ông, "The Waste Land" (Đất hoang), thể hiện sự phân mảnh và phi cấu trúc, tạo nên một hình thức thơ tự do mang tính cách mạng trong thời đại của nó. "The Waste Land" là một ví dụ về cách thơ hiện đại có thể mang đậm chất ẩn dụ, diễn đạt tự do nhưng vẫn giữ được chất thơ tinh tế.

Trích đoạn từ "The Waste Land":

April is the cruellest month, breeding
Lilacs out of the dead land, mixing
Memory and desire, stirring
Dull roots with spring rain.
(Bản dịch tạm: "Tháng Tư là tháng tàn nhẫn nhất, nở hoa tử đinh hương từ đất chết, pha trộn ký ức và khao khát, khơi dậy những rễ cây buồn tẻ bằng mưa xuân.")

2. Ezra Pound

Ezra Pound là một nhà thơ hiện đại khác có ảnh hưởng lớn đến thơ thế giới. Tác phẩm "In a Station of the Metro" là một bài thơ cực ngắn, nhưng mang đậm tính hình ảnh và cảm xúc, thể hiện sự tối giản mà lại sâu sắc - một đặc điểm mà tản thơ cũng chia sẻ.

Trích đoạn từ "In a Station of the Metro":

The apparition of these faces in the crowd;
Petals on a wet, black bough.
(Bản dịch tạm: "Sự hiện hình của những gương mặt này trong đám đông; Như những cánh hoa trên cành đen, ướt.")

3. William Carlos Williams

William Carlos Williams là một nhà thơ hiện đại nổi tiếng với phong cách giản dị, tập trung vào những hình ảnh quen thuộc trong đời sống hàng ngày. Bài thơ "The Red Wheelbarrow" là một ví dụ điển hình về cách sử dụng ngôn ngữ đơn giản để tạo nên sức mạnh trong thơ.

Trích đoạn từ “The Red Wheelbarrow”:

so much depends

upon
a red wheel
barrow
glazed with rain
water
beside the white
chickens.
(Bản dịch tạm: “quá nhiều điều phụ thuộc vào một chiếc xe cút kít đỏ được tráng với nước mưa bên cạnh những con gà trắng.”)

4. e.e. cummings

e.e. cummings nổi tiếng với cách sử dụng ngôn ngữ độc đáo và cấu trúc thơ phá cách, thường bỏ qua các quy tắc ngữ pháp truyền thống để tạo ra hiệu ứng nghệ thuật mạnh mẽ. Bài thơ “i carry your heart with me(i carry it in my heart)” là một trong những tác phẩm nổi tiếng nhất của ông.

Trích đoạn từ “i carry your heart with me”:

vbnet

i carry your heart with me(i carry it in

my heart)i am never without it(anywhere
i go you go,my dear; and whatever is done
(Bản dịch tạm: “Anh mang trái tim em trong mình anh mang nó trong trái tim anh) anh chưa bao giờ thiếu nó (bất cứ nơi nào anh đến em cũng đến, em yêu; và bất cứ điều gì được làm chỉ bởi anh là do em, em yêu dấu của anh)”)

Nhận Xét Chung

Phong trào thơ hiện đại, với các nhà thơ như T.S. Eliot, Ezra Pound, William Carlos Williams, và e.e. cummings, đã mở ra những cách tiếp cận mới đối với thơ ca. Dù không hoàn toàn là tản thơ, nhưng những đặc điểm như sự tự do trong cấu trúc, sự sử dụng ngôn ngữ tối giản và đầy hình ảnh, cùng với sự nhấn mạnh vào cảm xúc và ẩn dụ, đều tạo ra những điểm tương đồng giữa thơ hiện đại phương Tây và tản thơ trong văn học Việt Nam.

Những tác phẩm của các nhà thơ này, dù mang những yếu tố cách tân, vẫn giữ được chất thơ đậm đặc, thể hiện được sự tương đồng với tản thơ ở điểm phóng khoáng nhưng vẫn đầy tinh tế và nghệ thuật.

HÀ NGUYÊN DU
**TQLT: là "thương quá là thương"*

Danh ngôn: TS Eliot *(Được tôn vinh là Thi sĩ của thế kỷ 20)*

1. "Chỉ những người mạo hiểm đi quá xa mới có thể biết được mình có thể đi được bao xa." – TS Eliot

2. "Làm điều hữu ích, can đảm nói điều can đảm, suy ngẫm điều cao đẹp: thế là đủ cho đời người." – TS Eliot . "Đôi khi mọi thứ trở nên khả thi nếu chúng ta muốn chúng đủ tồi tệ." – TS Eliot

4. "Thơ chân chính có thể giao tiếp trước khi nó được hiểu." – TS Eliot

5. "Bạn là âm nhạc, trong khi âm nhạc kéo dài." – TS Eliot

6. "Nếu bạn không có đủ sức mạnh để áp đặt các điều khoản của riêng mình lên cuộc sống, thì bạn phải chấp nhận các điều khoản mà nó đưa ra cho bạn." – TS Eliot

7. "Tình yêu gần như là chính nó khi ở đây và bây giờ không còn là vấn đề nữa." – TS Eliot

8. "Các nhà thơ chưa trưởng thành bắt chước; nhà thơ trưởng thành ăn cắp; những nhà thơ tồi làm xấu đi những gì họ chụp, và những nhà thơ giỏi biến nó thành một cái gì đó tốt hơn, hoặc ít nhất là một cái gì đó khác biệt ". – TS Eliot

9. "Không có từ vựng Đối với tình yêu trong một gia đình, tình yêu được sống trong Nhưng không được nhìn vào, tình yêu trong ánh sáng mà Tất cả mọi thứ khác được nhìn thấy, tình yêu trong đó Tất cả tình yêu khác tìm thấy lời nói. Tình yêu này im lặng ". – TS Eliot

HÀ NGUYÊN DU

NGÃ PHƯƠNG HUYỀN

Pháp tu từ như thế nào cho câu chữ thơ... thêm hoa mỹ gây ấn tượng...

Để tạo nên những câu thơ hoa mỹ, gây ấn tượng mạnh và nâng cảm xúc của người đọc lên cao, việc sử dụng các biện pháp tu từ là rất quan trọng. Dưới đây là một số pháp tu từ thường được sử dụng để làm cho thơ thêm phần lộng lẫy và sâu sắc:

1. Ẩn dụ *(Metaphor)*

Ẩn dụ là một cách so sánh ngầm, giúp làm nổi bật ý nghĩa thông qua sự tương đồng giữa hai đối tượng khác nhau. Khi sử dụng ẩn dụ, hình ảnh trong thơ trở nên sinh động và ý nghĩa của câu thơ được mở rộng.

Ví dụ: "*Trăng là tri kỷ của* đêm", ở đây, "trăng" được ẩn dụ như một người bạn tri kỷ của đêm tối, tạo nên một liên tưởng đẹp đẽ và sâu sắc.

2. Hoán dụ *(Synecdoche)*
Hoán dụ là việc dùng một phần để chỉ toàn bộ, hoặc dùng toàn bộ để chỉ một phần. Phép tu từ này giúp tạo ra sự tinh tế và súc tích trong câu chữ.

Ví dụ: "*Ánh mắt em là ngôi sao giữ*a đêm", "ánh mắt" hoán dụ cho toàn bộ con người, làm câu thơ trở nên lãng mạn và đầy ý nghĩa.

3. Nhân cách hóa *(Personification)*

Nhân cách hóa là cách gán cho vật vô tri vô giác hoặc thiên nhiên những đặc điểm của con người. Phép tu từ này làm tăng tính sống động và tạo sự gần gũi trong thơ.

Ví dụ: *"Gió thầm thì những lời thì thầm của nỗi nhớ"*, ở đây, "gió" được nhân hóa như một thực thể có thể nói chuyện, tạo cảm giác gió đang mang theo nỗi nhớ của người thơ.

4. So sánh *(Simile)*
So sánh là phép tu từ đơn giản nhưng hiệu quả, giúp làm nổi bật hình ảnh và cảm xúc bằng cách liên kết hai đối tượng thông qua từ "như" hoặc "tựa".

Ví dụ: *"Lòng em dịu dàng như làn mây trôi"*, câu này làm nổi bật sự mềm mại và thanh thoát của cảm xúc qua hình ảnh làn mây.

5. Điệp ngữ *(Repetition)*

Điệp ngữ là sự lặp lại của một từ hoặc cụm từ để nhấn mạnh ý nghĩa hoặc tạo ra nhịp điệu trong câu thơ, từ đó làm tăng sức tác động đến cảm xúc người đọc.

Ví dụ: *"Biển nhớ, biển thương, biển chờ"*, việc lặp lại từ "biển" tạo nhịp điệu và nhấn mạnh tình cảm sâu sắc.

6. Đối ngẫu *(Antithesis)*

Đối ngẫu là việc đặt hai ý tưởng, hình ảnh hoặc cảm xúc đối lập cạnh nhau để làm nổi bật sự khác biệt và tạo ra sự căng thẳng hoặc bất ngờ trong thơ.

Ví dụ: *"Đêm đen, lòng trắng; ngày sáng, tim tối"*, sự đối lập giữa "đêm đen" và "ngày sáng", "lòng trắng" và "tim tối" tạo nên một cảm giác tương phản mạnh mẽ.

7. Phóng đại *(Hyperbole)*

Phóng đại là phép tu từ làm tăng hoặc giảm quá mức một ý tưởng hoặc hình ảnh để tạo ra hiệu ứng mạnh mẽ và gây ấn tượng sâu sắc.

Ví dụ: *"Nước mắt anh là biển cả"*, câu này phóng đại mức độ cảm xúc của nhân vật, làm nổi bật sự đau khổ qua hình ảnh cường điệu.

8. Lặp cấu trúc *(Anaphora)*

Lặp cấu trúc là việc lặp lại một cấu trúc câu hoặc một nhóm từ ở đầu các câu liên tiếp để tạo nên sự nhấn mạnh và nhịp điệu mạnh mẽ.

Ví dụ: "Em là nắng, em là mưa, em là mọi thứ trong anh", cấu trúc lặp đi lặp lại tạo ra một giai điệu nhấn mạnh cảm xúc và sự hiện diện của "em".

9. Chơi chữ *(Pun)*

Chơi chữ là sự sáng tạo trong việc sử dụng từ ngữ có nhiều nghĩa hoặc từ ngữ đồng âm để tạo ra hiệu ứng bất ngờ và hài hước, khiến câu thơ trở nên thú vị và sâu sắc hơn.

Ví dụ: *"Hoa cười trong nắng, em cười trong anh"*, sự chơi chữ giữa "hoa" và "em" làm câu thơ thêm phần dí dỏm và gợi cảm.

10. Tương phản *(Contrast)*

Tương phản là cách đặt những hình ảnh, ý tưởng trái ngược nhau cạnh nhau để tạo sự nổi bật và làm tăng độ sâu cho cảm xúc.

Ví dụ: *"Giữa trời xanh, mây trắng, lòng đen tối"*, sự tương phản giữa "trời xanh", "mây trắng" và "lòng đen tối" tạo nên một hình ảnh mạnh mẽ và cảm xúc đối lập.

Tóm lại

Các phép tu từ giúp thơ trở nên phong phú, sâu sắc và có khả năng gây ấn tượng mạnh mẽ cho người đọc. Việc sử dụng khéo léo và hợp lý những biện pháp tu từ này sẽ tạo ra những câu thơ lộng lẫy, đầy cảm xúc, khiến người đọc cảm thấy được cuốn hút và chạm đến những cảm xúc thầm kín nhất.

NGÃ PHƯƠNG HUYỀN

(biên soạn nhằm nhắc nhớ những người làm thơ, thường theo thói quen hay quán tính mà lơ là với những phép căn bản trên)

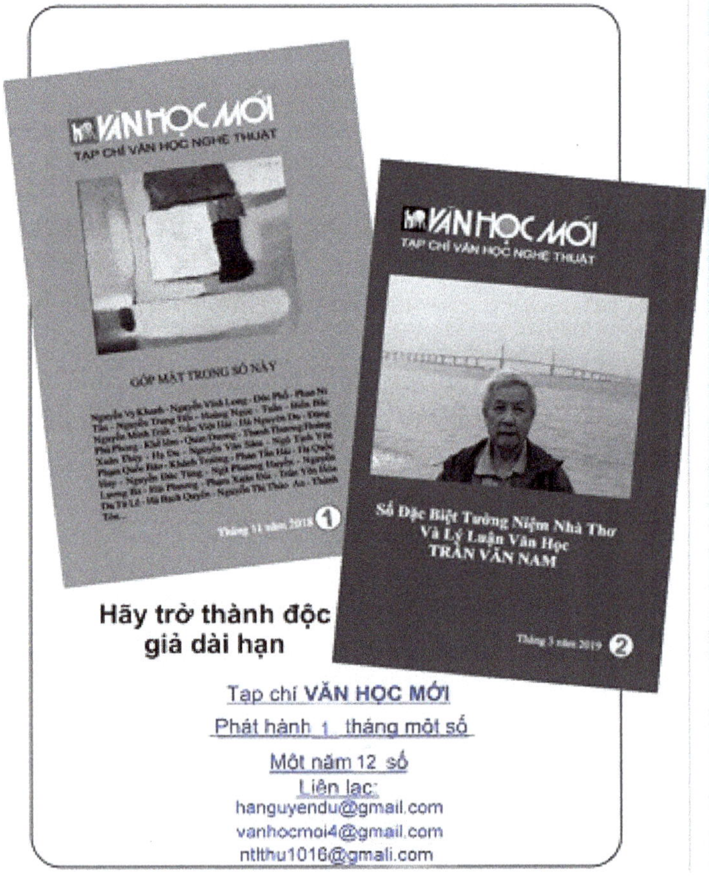

NGÃ PHƯƠNG HUYỀN
Phép Màu Tình Yêu

Tôi và Quyên quen nhau vào những năm cuối của trung học, trong thời gian đầy ắp kỷ niệm của tuổi trẻ. Chúng tôi cùng nhau học tập, cùng nhau chia sẻ những niềm vui, nỗi buồn của cuộc sống. Tình yêu đầu đời của chúng tôi nảy nở trong những buổi chiều tan học, khi hai đứa đạp xe trên con đường đầy hoa phượng đỏ.

Quyên với mái tóc dài, nụ cười hiền hòa và ánh mắt trong sáng đã làm trái tim tôi rung động từ những lần đầu gặp gỡ. Mỗi lần ở bên nhau, Quyên và tôi hứa hẹn về một tương lai rạng rỡ, nơi mà tình yêu sẽ là nền tảng vững chắc cho mọi điều tốt đẹp.

Nhưng rồi, mọi thứ thay đổi khi tôi đậu xong hết Tú tài, thì tôi bị động viên nhập ngũ. (Tổng số Sinh Viên Sĩ Quan nhập ngũ quá đông nên Bộ Quốc Phòng bắt buộc phải phân ra làm 2 trường huấn luyện. Tôi phải xa rời Quyên, xa rời cuộc sống bình yên để bước vào trường Sĩ Quan Trừ Bị Đồng Đế Nha Trang…

Suốt thời gian học tập quân sự khắc nghiệt, Quyên là nguồn động lực lớn lao nhất của tôi. Bước xông pha cho tròn chí trai của tôi sẽ không chút nao núng. Mỗi tuần, nàng gửi cho tôi hai lá thư tình ngọt ngào, đầy ắp những lời yêu thương và hứa hẹn. Tôi đọc đi đọc lại từng dòng chữ của nàng, cảm nhận được sự chân thành và tình cảm sâu sắc mà Quyên dành cho tôi.

Nhưng cuộc sống không bao giờ dễ dàng như những gì chúng ta mong đợi. Khi tôi ra trường và được điều động đến đóng quân ở Buôn Ma Thuột, một thành phố cao nguyên tuy hoang dã nhưng không kém quyến rũ. Thật là tình cờ, tôi đã gặp một người con gái khác. Cô ấy là người gốc Việt lai Thượng, với vẻ đẹp lạ lùng và cuốn hút đến nao lòng. Trong lòng tôi dần dần, Quyên trở nên xa xôi, mờ nhạt. Tôi đã bị cuốn vào vòng xoáy của tình yêu mới, quên đi những lời hứa ngày xưa với Quyên.

Thời gian trôi qua nhanh, tình cảm giữa tôi và người con gái vùng cao nguyên ngày càng sâu đậm. Cô ấy có sức quyến rũ mãnh liệt khiến tôi không thể rời xa. Chúng tôi yêu nhau trong những ngày tháng đầy đam mê, dẫn đến cuộc tình như thời hiện đại là sống thử, dùng kiểu "ứng trước". Thế rồi cô ấy mang thai với tôi. Việc kết hôn dường như trở thành điều không thể tránh khỏi. Tôi đành lòng rời bỏ quá khứ, rời bỏ Quyên để xây dựng một cuộc sống mới bên cạnh người con gái lai, với vẻ đẹp khôn cưỡng này.

Nhưng ở quê nhà, Quyên không thể chấp nhận sự phản bội ấy. Quyên đau khổ đến mức quyết định tự tử bằng cả bốc thuốc cảm cúm. Khi nhận được tin, tôi như người mất hồn. Hình ảnh Quyên ngày xưa với nụ cười rạng rỡ, ánh mắt đầy yêu thương hiện lên trong tâm trí tôi. Tôi không thể ngồi yên, không thể tiếp tục sống mà không biết số phận của Quyên sẽ ra sao.

Tôi vội vàng bay về quê nhà, lòng dạ rối bời với cảm giác tội lỗi và hối hận. Khi đến bệnh viện, tôi nghe tin rằng Quyên đang nằm trong phòng cấp cứu, nguy kịch đến mức không ai dám chắc rằng nàng có thể qua khỏi. Tôi lao vào phòng cấp cứu, mặc kệ sự ngăn cản của các nhân viên bệnh viện. Tôi không thể để nàng ra đi mà không có tôi ở bên cạnh.

Cuối cùng, họ cho phép tôi vào, chỉ vì lời trăn trối của Quyên. Theo lời bác sĩ, nàng chỉ còn phút giây ngắn ngủi nữa để sống. Tôi nhìn Quyên nằm đó, gương mặt trắng bệch, đôi mắt nhắm nghiền, khiến cảm giác nặng trĩu đè lên tim tôi. Ơi! Không còn sự sống nào trong ánh mắt trợn trắng ấy, chỉ có bóng tối và sự tuyệt vọng. Tôi cúi xuống, nắm lấy tay nàng, run rẩy gọi tên nàng.

"Quyên ơi! Anh là Nguyên đây, anh đã về với em đây. Hãy sống lại đi em. Anh sẽ mãi mãi bên em."

Nụ hôn của tôi đặt lên môi nàng, mang theo bao nhiêu tình yêu, bao nhiêu nỗi niềm day dứt. Và kỳ diệu thay, ngay lúc đó, tôi thấy cơ thể nàng khẽ động. Đôi mắt nhắm nghiền của Quyên dần dần mở ra, ánh sáng huyền diệu, như long lạnh trở lại trong đôi mắt phục sinh của Quyên!!

"Quyên ơi!" tôi gọi tên nàng lần nữa, giọng nghẹn ngào.

Nàng nhìn tôi, rồi thốt lên: "Nguyên ơi! Anh về với Quyên thật sao?" Nước mắt trào ra từ đôi mắt nàng, lăn dài trên gương mặt tái nhợt nhưng giờ đây đã sống lại.

Cả phòng cấp cứu im lặng, mọi người đều không tin vào mắt mình. Bác sĩ đứng đó, miệng há hốc, còn các y tá thì nhìn nhau đầy kinh ngạc. Phép màu đã xảy ra, ngay trước mắt tôi, ngay trong giây phút tưởng chừng như tuyệt vọng nhất.

Quyên đã sống lại, nhờ vào tình yêu không hề phai nhạt của chúng tôi, dù cho cuộc đời đã đẩy đưa tôi xa rời nàng. Tôi nắm chặt tay Quyên, thầm hứa rằng từ giờ sẽ không bao giờ để nàng phải chịu đựng đau khổ thêm một lần nào nữa.

Lời thầm hứa rằng từ giờ sẽ "không bao giờ để nàng phải chịu đựng đau khổ thêm một lần nào nữa", đã vô cùng ám ảnh tôi…

Tôi đang như người muốn vỡ tung sọ não khi đứng giữa tình huống thật oan trái đầy ngã nghiệt này: Tôi phải tính sao khi ngày mai tôi chia tay Quyên để về đơn vị tiếp tục chiến đấu. Chiến đấu với một cuộc chiến tranh đầy máu lửa của đất nước, nhất là tôi phải chiến đấu với chính bản thân mình.!!

Tôi trở lại đơn vị, chỉ hai tháng sau thì người yêu tôi là cô gái lai Thượng, tôi xin kể tên nàng là Ánh Loan. Nàng đã hạ sinh một bé trai nặng đến gần 5 ký lô gram. Thằng bé kháu khỉnh, nù nẫn và đẹp trai trông y khuôn tôi…

Sự vui mừng không sao tả xiết. Tôi và Ánh Loan không tạo dựng nhà riêng mà tôi ở cùng với gia đình có cha mẹ nàng. Vì tôi là một sĩ quan với cấp Thiếu Úy nhưng với chức vụ cao là đại đội trưởng. Đơn vị tôi có nhiều lính người Thượng, hầu hết họ quí mến và kiêng nể tính oai phong và dũng cảm của tôi.

Đơn vị đóng quân cách nhà tôi ở chỉ khoảng 20 cây số. Thời gian trôi qua quá nhanh, chỉ mới đây thôi mà con trai tôi với Ánh Loan đã hơn 3 tuổi. Thằng bé rất thông minh và dễ thương hết biết. Nó chưa đến tuổi học mẫu giáo mà Ánh Loan dạy nó đọc chữ Việt như học trò lớp hai. (Tôi, ngoài thời gian nơi đơn vị ra, tôi về cùng Ánh Loan chăm sóc con chu đáo.)

Trời ơi! Bỗng vào một sáng, khi tôi đang hành quân, lúc địch quân gây nhiễu làm đơn vị chúng tôi phải liên tục hành quân kiểm soát vòng đai, núi rừng tỉnh Đắk Lắk, Quyên bất ngờ gọi tôi cho biết tin vô cùng quan trọng mà cũng vô cùng xúc động!! (Quyên vừa cho tin chưa hết lời thì vị Tiểu đoàn trưởng gọi tôi gặp ông ngay... Ông Thiếu tá Giang ... "Dạ chào tiểu đoàn trưởng".. tôi vừa thưa vừa đưa tay chào: Vị tiểu đoàn trưởng vừa nói vừa lấy trong ba lô ra một sấp giấy chừng 4,5 tờ: «Anh có Sự Vụ Lệnh» về trình diện "Bộ Tổng Tham Mưu» anh đã có lệnh thuyên chuyển đơn vị về «Cục Chiến Tranh Chính Trị» ... Trời ơi! Tôi chẳng những không mừng mà còn như người mất hồn.!! (Thế là tôi chỉ còn hai ngày lưu lại nữa thôi trời!!)

Ông tiểu đoàn trưởng làm tiệc giả từ tôi. Tôi say lên say xuống với anh em nơi đơn vị. Tôi về nhà tôi bất tỉnh!! Khi tỉnh dậy thì tôi với Ánh Loan (ôm nhau khóc suốt, lệ ướt cả gối chăn!) (Ý nghĩ tự tử thoáng qua trong đầu tôi) Nhưng bản lĩnh tôi thật khí khái.!! Tôi hít thở liên tục như luyện nội công, lấy lại bình tĩnh. Cuối cùng thì tôi phải đoạn đành chia tay Ánh Loan!! Tôi ôm con tôi khóc đến ngất xỉu một lúc!!

Khi tôi máy bay tôi đáp xuống phi trường thì cả nhà Quyên đến đón rước tôi. Sự mừng rỡ không hực lửa như người ta, có lẽ Quyên đã nhận ra, nàng ôm chầm cổ tôi và hôn không ngớt. Câu đầu tiên nàng nói với tôi: “Em biết, anh yêu em mà phải rứt ruột ra để chia xa con anh. Em hứa sẽ không để anh thiệt thòi!! (vì em sống đồng nghĩa có anh bên cạnh, nên gia đình em có thân thế nên lo cho anh về cạnh bên em, anh vẫn phục vụ cho quân đội mà!!)

Nước mắt tôi lại rơi.!! Tôi thốt lên lời cảm ơn ba mẹ và Quyên đã lo cho tôi…

Khi tôi trình diện Bộ Tổng Tham Mưu thì nơi đây phân phối công việc cho tôi là làm việc tại Cục Tâm Lý Chiến…

Chừng hai tháng sau thì tôi và Quyên tổ chức đám cưới. Một đám cưới tương đối rình rang…

Tôi tiếp tục làm việc như người lính kiểng, áo quần quân nhân lúc nào cũng ủi láng bóng. Quyên, với bản chất nhân hậu và hiền hòa, cũng lãng mạn và nghệ sĩ tình như tôi. Sự cùng tần số mà bắt sóng với nhau cũng từ sự đồng cảm đó. Quyên là một phụ nữ duyên dáng, dễ thương thuộc hàng hoa khôi. Đặc biệt hiếm có nơi phụ nữ khác là lòng nhân ái, vị tha, biết cảm thông và chia sẻ với người chung quanh. Chính từ đức hạnh đó, Quyên cho phép tôi chăm sóc con riêng tôi như là con chung của nàng, mặc dù chúng tôi chưa có con với nhau… Dĩ nhiên, tôi và Quyên cũng phải chuẩn bị cho nhau về mặt con cái này…

Tôi và Quyên đã có những tháng ngày hạnh phúc bên nhau, cùng chung sống dưới mái nhà mới. Công việc tại Cục Tâm Lý Chiến không vất vả như chiến trường, nhưng lại đầy thách thức với những nhiệm vụ yêu cầu trí tuệ và sự tinh tế. Tôi cảm thấy mình như một người lính dũng cảm, không còn phải đối mặt với bom đạn nhưng phải chiến đấu với những quyết định quan trọng trong cuộc sống.

Quyên và tôi đã có một tổ ấm thật sự, với sự đồng cảm và yêu thương không ngừng. Dù chưa có con chung, nhưng chúng tôi chăm sóc và yêu thương đứa con trai của tôi với Ánh Loan như chính con ruột của mình. Thằng bé ngày càng khôn lớn, thông minh và vui tươi, trở thành niềm tự hào của cả gia đình.

Tuy nhiên, cuộc sống không phải lúc nào cũng êm đềm. Thời gian trôi qua, tôi nhận ra mình phải tiếp tục chiến đấu với những bất an từ quá khứ. Quyên không chỉ là một người vợ tuyệt vời mà còn là một người bạn đồng hành, sẵn sàng lắng nghe và chia sẻ những lo âu của tôi. Dưới sự động viên của Quyên, tôi tìm cách đối diện với những ký ức đau thương, từng bước hàn gắn những vết thương lòng mà cuộc chiến và những quyết định sai lầm trong quá khứ để lại.

Cuộc sống gia đình chúng tôi dần ổn định và hạnh phúc. Quyên mang đến cho tôi niềm vui vô bờ, sự an ủi và một mái ấm thực sự. Chúng tôi cùng nhau xây dựng một tương lai tươi sáng, với những kế hoạch lớn và ước mơ chung.

Một ngày nọ, khi cả gia đình đang quây quần bên nhau trong bữa cơm tối, tôi nhìn những gương mặt yêu thương quanh mình và nhận ra rằng cuộc sống đã ban tặng cho tôi một điều kỳ diệu. Tình yêu của Quyên, những sự hy sinh và sự tha thứ, đã giúp tôi tìm lại chính mình và tạo dựng một cuộc sống trọn vẹn.

Nhìn thấy con trai mình lớn lên từng ngày, cùng với Quyên, tôi biết rằng mọi khó khăn, thử thách mà chúng tôi đã vượt qua đều xứng đáng. Tình yêu không chỉ là những khoảnh khắc hạnh phúc mà còn là những giây phút khó khăn mà chúng tôi cùng nhau vượt qua.

Chúng tôi biết rằng cuộc sống không phải lúc nào cũng hoàn hảo, nhưng điều quan trọng là chúng tôi đã tìm thấy nhau, đã yêu thương và chăm sóc cho nhau, và đã cùng nhau vượt qua những thử thách để xây dựng một cuộc sống đầy ý nghĩa. Tình yêu thực sự đã tạo nên một phép màu, giúp chúng tôi tìm thấy niềm hạnh phúc trong những điều giản dị nhất.

oOo

Cuộc sống của tôi tại Sài Gòn với Quyên diễn ra trong những năm tháng bình yên và hạnh phúc. Quyên và tôi đã vượt qua bao nhiêu thử thách để đến được bên nhau, và giờ đây chúng tôi trân trọng từng giây phút bên nhau. Tuy nhiên, cả hai vẫn luôn hướng về Ban Mê Thuột, nơi mà con trai tôi và Ánh Loan đang sinh sống. Mỗi khi có cơ hội, chúng tôi lại cùng nhau trở về, mang theo tình thương yêu, sự quan tâm dành cho đứa con riêng mà như chung làm cho cả chúng tôi đều yêu quý.

Thời gian trôi qua, Ánh Loan cũng đã tìm cho mình một lối đi riêng. Nàng đã quyết định tái hôn, chọn lựa một cuộc sống mới. Người chồng mà nàng chọn lại là một điều bất ngờ đối với tôi, nhưng không thể nói là không vui. Anh ấy chính là Phùng, một người đồng đội cũ của tôi, từng chung vai sát cánh trên chiến trường, cùng chia sẻ bao nhiêu khó khăn và hiểm nguy.

Phùng là một người lính gan dạ, trung thực, và là một người bạn đáng tin cậy. Chúng tôi từng cùng nhau đối diện với tử thần, nên giữa chúng tôi luôn có một sự gắn kết đặc biệt. Khi biết rằng Ánh Loan đã chọn Phùng làm chồng, tôi không khỏi cảm thấy nhẹ nhõm. Điều đó đồng nghĩa với việc con trai tôi sẽ được chăm sóc bởi một người mà tôi hoàn toàn tin tưởng, một người mà tôi biết sẽ đối xử tốt với Ánh Loan và đứa bé.

Mối quan hệ giữa tôi và Phùng không hề trở nên xa cách hay căng thẳng sau sự kiện này. Trái lại, chúng tôi vẫn duy trì tình bạn như trước, thậm chí còn thân thiết hơn. Cả hai đều hiểu và thông cảm cho hoàn cảnh của nhau, không để bất kỳ sự ghen tuông hay xung đột nào phá vỡ tình bạn và sự bình yên mà cả hai đều mong muốn.

Quyên, với tấm lòng nhân hậu của mình, cũng rất vui mừng khi thấy mọi việc diễn ra êm thấm. Cô ấy luôn ủng hộ tôi trong mọi quyết định và luôn đặt hạnh phúc gia đình lên hàng đầu. Chúng tôi cùng nhau vun đắp cho cuộc sống mới của mình, đồng thời không quên trách nhiệm với con trai. Mỗi lần trở về Ban Mê Thuột, chúng tôi lại dành thời gian chơi đùa với thằng bé, dạy dỗ và quan tâm nó như con ruột của Quyên.

Những lo lắng về việc mối quan hệ giữa tôi, Ánh Loan và Phùng có thể trở nên phức tạp dần tan biến. Thay vào đó, chúng tôi xây dựng một mối quan hệ dựa trên sự tôn trọng và hiểu biết lẫn nhau. Cả ba chúng tôi đều nhận ra rằng hạnh phúc không chỉ đến từ việc giữ lấy quá khứ mà còn từ việc mở lòng với hiện tại và tương lai.

Cuộc sống đã mang lại cho tôi nhiều thử thách, nhưng cũng ban tặng cho tôi những món quà quý giá. Giờ đây, tôi có một gia đình hạnh phúc, một người vợ yêu thương và một đứa con tuyệt vời. Tôi cũng có những người bạn mà tôi yêu quý, quan trọng nhất là một cuộc sống an bình, không còn phải đối diện với những nỗi đau quá khứ.

Mỗi khi nhìn lại, tôi biết rằng tất cả những gì đã qua đều xứng đáng, vì chính những khó khăn ấy đã tạo nên con người tôi của ngày hôm nay. Tình yêu, sự tha thứ, và lòng khoan dung đã giúp tôi vượt qua mọi chông gai, để tìm thấy hạnh phúc thực sự trong cuộc sống. Đó chính là phép màu của tình yêu, một phép màu mà tôi sẽ mãi mãi trân quý.

NGÃ PHƯƠNG HUYỀN
Aug 12/24 supplements 21/24 at 9:00

Ca dao

Học là học biết giữ giàng,
Biết điều nhân nghĩa biết đàng hiếu trung.

Học là học để làm người,
Biết điều hơn thiệt biết lời thị phi.

Học trò học hiếu học trung,
Học cho đến mực anh hùng mới thôi.

Làm sao như quế trên non
Trăm năm khô rụi vẫn còn thơm tho.

NGUYỄN VĂN SÂM

Xin Giã Từ Đời

(Cho Nguyễn Tất Nhiên thi sĩ từ chối cuộc đời)

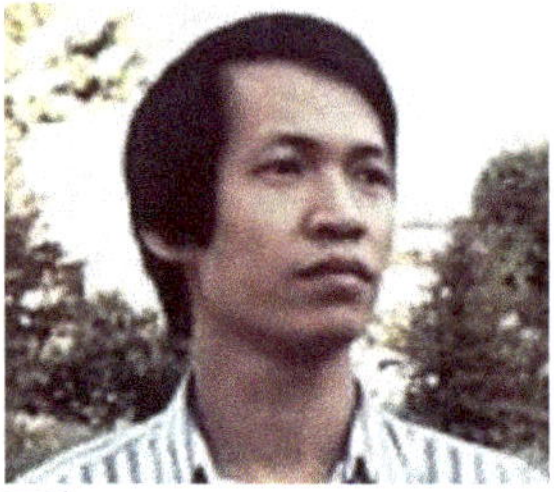

Tôi bỏ cuộc - đời nẩy không còn đáng nửa chút bận tâm,
Người nghệ sĩ thâm trầm - chuyện nhân sinh xem ra ngượng ngập.
Từng cụm mây đen che mờ hồn thơ thi sĩ
Miền lá cỏ thiên nhiên vẫy tay mời gọi gấp
Tôi về

Ngàn sao lấp lánh hương quê
Muôn suối mát, vạn khe lành loài người sợ hãi.
Cõi Thiên Bồng, chốn Niết Bàn, núi Olympus, cảnh Thiên Thai
Sao những nhỏ nhen khó chịu tôi cứ phải miệt mài!
Vùng vướng bận nhân sinh, không sai, trước sau gì cũng bỏ!

Không thể lấy không làm có
Tâm hồn bao la sao chui trong mảnh hình hài chật bó
Tôi đi
Chẳng chút u hoài

Đã mấy mươi năm trải hồn thơ trả nợ đất mẹ hoài thai
Xong rồi chuyện áo cơm, giống nòi, cuộc đời vụng dại
Xong rồi những chuyện không đáng bỏ vào tai nhưng ngùn ngụt không giống Deucalion coi đời còn giá trị

Tôi thư thái bước qua thị như bước khỏi dạ tiệc bĩ bàng
Không cần chìu những kẻ tâm hồn nhỏ nhoi mà học làm sang

Không động đũa các thức ăn lan tràn nhưng mình không t hích.
Ngọn gió thổi dìu dịu – xa rồi trần gian trích lịch
Ngồi xe thênh thang sáu ngựa ô khúc khích tôi cười
Giọng pha lê phá vỡ thật vui
Cùng ông ta bá vai như đôi bạn tâm tình vui tươi tương hợp

Bên kia tỷ tỷ người của triệu triệu địa cầu khổ đau lớp lớp
Bên nẩy rực rỡ ánh lê minh trên biên địa mát rợp vũ trụ bao la
Tôi vẫy tay từ giã
Những con đường Việt Nam trên Garden Grove, trên Santa Ana

Cảnh sắc ta bà tôi từng thấy
Bạn bè đương ngồi trong không gian ngầy ngậy
Mùi xú uế thum thủm phát ra từ lòng sẳn bây cõi nhơn sinh

Kéo lê thêm một ngày thui chột tâm hồn mình
Tôi giật cương ra lịnh
Ông ta mĩm cười cho ngựa chạy trên đường hào quang ánh sáng trải thảm thênh thang
Giã từ năm lê đoạn tháng
Giã từ nắng mưa tối sáng

Giã từ bạn bè quen thói thường bi lụy xót thương
Chuyện ở đi tới lúc nào đó sẽ thấy thiệt quá bình thường
Xe vượt về khối đỏ mới sát na trước còn lốp bốp một phương nổi lửa
Vũ trụ đã lưa thưa

Thòng tay mồi trên đám sa thạch bụi mưa lần cuối tìm mùi hương thuốc lá
Thoáng vụt trôi qua triệu triệu dãi Ngân Hà
Xin từ giã -
Tôi thung dung bước tới sông Nại Hà - Styx- băng qua vùng Erebus
(Nhớ ngày nào trên đại lộ liên bang tôi đàng hoàng ngồi trên xe buýt)
Mĩm cười bắt tay Charon, lão chèo thuyền

Qua bên kia bỉ ngạn
Tôi đưa đồng bạc mới nguyên còn sót lại của mấy mươi năm trải hồn thơ trên giấy
Tất cả chuyện đời sẽ rũ bỏ từ đây
Dưới thăm thẳm kia quả địa cầu bé tý teo tội nghiệp

Đương trùm ngụp trong mây
Tôi thung dung hóa thân thành làn ánh sáng
Bay vô vùng sán lạng chẳng có thời gian
Lẫn không gian

NGUYỄN VĂN SÂM
(Texas Sept, 30, 1992. Bài thơ đăng trên Đặc san Petrus Ký Houston và vùng phụ cận Xuân 1994, trang 14, 15)

NGÔ NGUYÊN NGHIỄM

NHÀ VĂN THƯỢNG HỒNG
(NGƯỜI KHĂN TRẮNG)
(1938-2015)

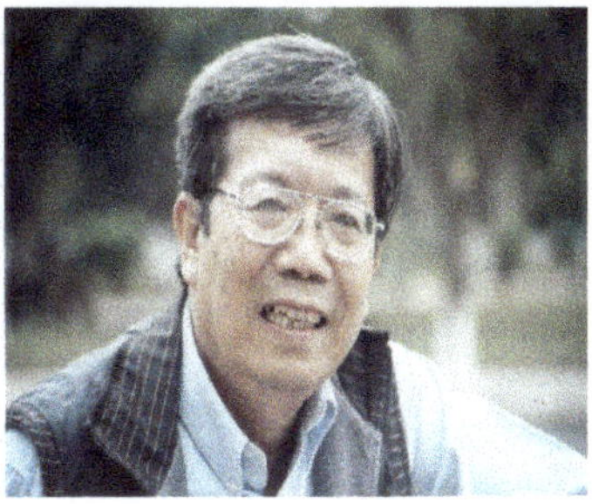

Chân dung Thượng Hồng - Người Khăn Trắng
(Ảnh tư liệu tác giả)
Thủ bút chữ ký:
THƯỢNG HỒNG - NGƯỜI KHĂN TRẮNG

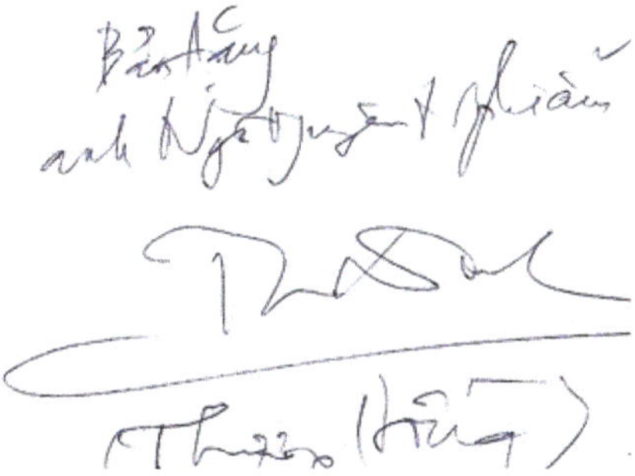

Tiểu sử văn học: **THƯỢNG HỒNG -**
NGƯỜI VIẾT TÂN LIÊU TRAI CHÍ DỊ

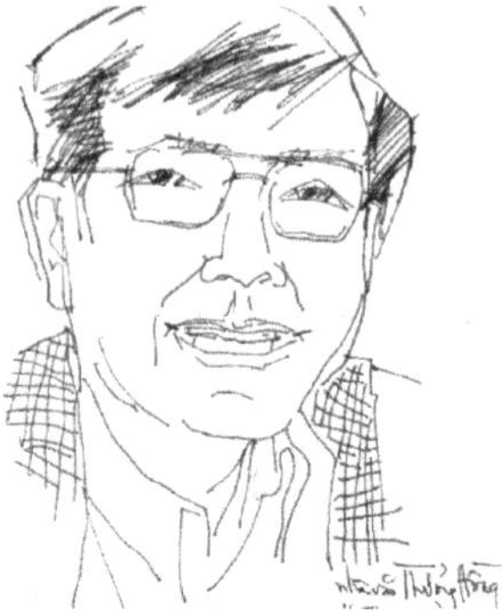

Tên thật: Huỳnh Thượng Đẳng

Năm và nơi sinh: 1938 tại Thoại Sơn, An Giang

Các bút hiệu khác: Hoàng Phương Hùng – Thượng Hồng – Hoàng

Huynh – Thượng Vũ.

Thường trú: Sống và làm việc tại Saigon từ 1954 đến nay.

Cuối năm 1954, từ quê hương lên thẳng Saigon, năm 1961 rời trường học và bắt đầu nghề làm báo, viết văn. Qua nhiều năm với nghề phóng viên các hảng tin, nhật báo. viết feuilleton (tiểu thuyết dài kỳ trên báo) trên các báo. Năm 1966 cho ra đời tác phẩm đầu tiên thể loại truyện ma tựa đề Oan Hồn Cô Út Liễu và hàng trăm truyện tiếp theo.

Từ l975 ngưng viết, cho đến đầu năm 1989 mới bắt đầu viết lại cho các tạp chí Mỹ Thuật Thời Nay, Thế Giới Mới…

Từ 2003 hợp tác với Nhà sách Thiên Vương cho tái xuất hiện dòng truyện ma với bút hiệu Người Khăn Trắng như trước.

Từ đó cho đến nay, liên tục cho ra đời hàng trăm tác phẩm *"chuyện không kể lúc nửa đêm"* và chỉ duy nhất một thể loại này, một bút danh Người Khăn Trắng, chỉ một nơi phát hành là Công ty Văn hoá Thiên Vương, không có nơi thứ hai.

Cho đến nay đã có vài trăm tác phẩm thuộc thể loại truyên ma có mặt trên thị trường và được đông đảo bạn đọc ủng hộ. Tuy thể loại gọi là truyện ma thuộc dòng văn học dân gian, bình dân, dễ đọc, nhưng nội dung không chạy theo thị hiếu cẩu thả. Người viết luôn trung thành với quan điểm để cao tính nhân văn, cổ suý phong cách sống hướng thiện, sống bằng lương tâm trong sáng, đạo đức, nhân bản, *"làm ác gặp ác, ở hiền gặp lành"*.

Những tác phẩm cũng gọi là "truyện ma" nhưng viết cẩu thả, dâm ô, rùng rợn quá lố là không phải của Người Khăn Trắng.

Ông là người viết trên 400 quyển truyện Tân Liêu Trai, xuất bản trên 1 triệu bản. Trung tâm Kỷ lục Việt Nam (Việt Kings) công nhận là người viết truyện Kinh dị (Tân Liêu Trai) nhiều nhất Việt Nam

Ông mất ngày 01/08/2015, linh cữu của ông được hỏa táng tại Nghĩa trang Đa Phước, TP.HCM.

Tác phẩm tiêu biểu:
THƯỢNG HỒNG - NGƯỜI KHĂN TRẮNG

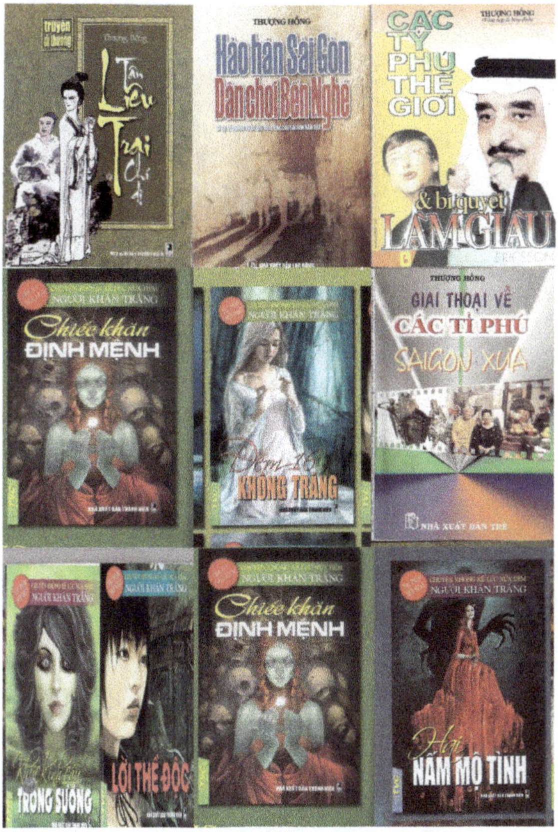

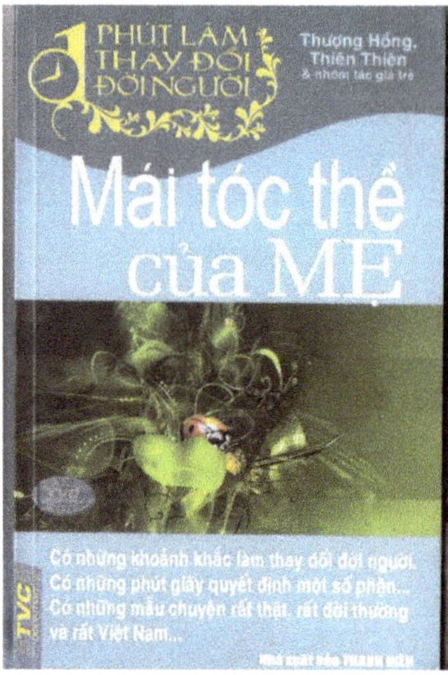
1 PHÚT LÀM THAY ĐỔI ĐỜI NGƯỜI
Thượng Hồng, Thiên Thiện
Mái tóc thề của MẸ
Có những khoảnh khắc làm thay đổi đời người.
Có những phút giây quyết định một số phận...
Có những mẩu chuyện rất thật, rất đời thường và rất Việt Nam...
TVC

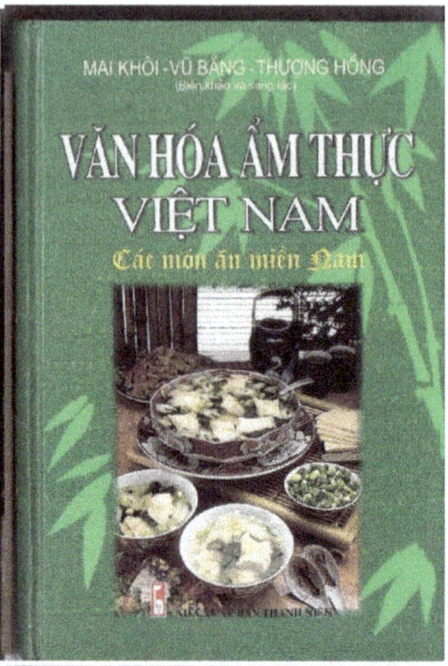
MAI KHÔI - VŨ BẰNG - THƯỢNG HỒNG
VĂN HÓA ẨM THỰC VIỆT NAM
Các món ăn miền Nam

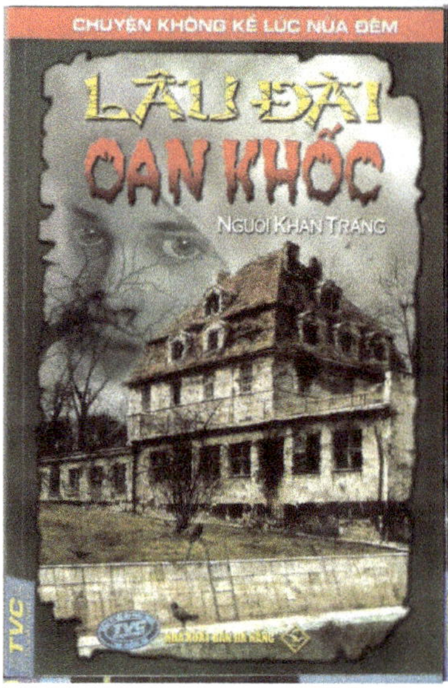
CHUYỆN KHÔNG KỂ LÚC NỬA ĐÊM
LÂU ĐÀI OAN KHỐC
NGƯỜI KHĂN TRẮNG
TVC

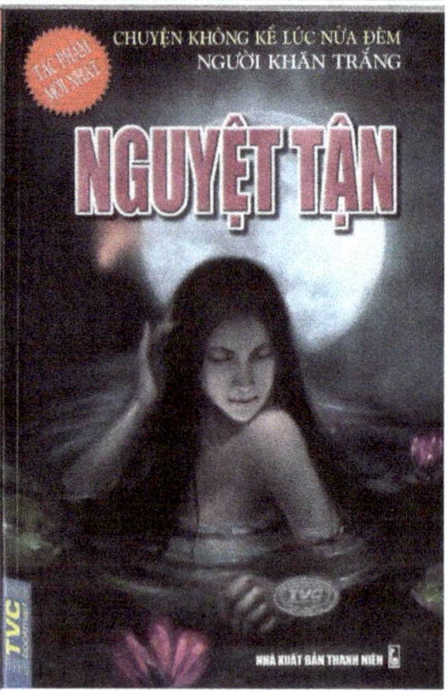
CHUYỆN KHÔNG KỂ LÚC NỬA ĐÊM
NGƯỜI KHĂN TRẮNG
NGUYỆT TẬN
TVC
NHÀ XUẤT BẢN THANH NIÊN

NGÔ NGUYÊN NGHIỄM
THƯỢNG HỒNG, MỘT THẾ GIỚI HƯ THỰC HỒN HOANG

Phiêu bạt trong một thế giới hoang tưởng, đậm nét huyền hoặc thực hư khác biệt đời thường, tức là đi vào một cõi du hành tràn đầy ảo mộng. Cảnh vật thoạt biến thoạt hiện, phù ảo như sương như khói, vượt thoát ra ngoài ảnh hưởng vật lý của khoa học thực nghiệm, đã bám chặt đời người suốt lộ trình hóa sinh hữu hạn. Cảnh giới (cõi Đông Thắng Thần Châu, Tây Ngưu Hóa Châu, Bắc Cu Lô Châu và Nam Thiệm Bộ Châu) phân chia của cổ sử tôn giáo, thì Nam Thiệm Bộ Châu là cõi Trời và Đất của hiện tại. Vạn vật và người đang oằn lưng gánh bao nỗi truân chuyên của kiếp hóa sinh. Trên lộ trình sinh diệt của thế giới con người, có nhiều đẳng cấp của cuộc sống tâm linh và trí tuệ, đưa đẩy sự hoàn thiện của những trùng kiếp, nhân quả luân hồi, tạo lập thiện căn hay ác nghiệp. Chính vậy, rèn luyện bản ngã bước qua vòng sinh tử lục đạo, thì vạn vật phải hòa mình trong mọi tư thế chánh giác của lẽ đạo, lẽ đời và lẽ người. Bao nhiêu tôn giáo từ cổ đại đến hiện tại, là những bước đường tu tĩnh mà vật thể phải bước qua. Mỗi lúc một hoàn chỉnh sai phạm, như điều chỉnh ốc vít cho một công trình cỗ máy khoa học. Ở thế giới loài người, văn thể mỹ là bản chất giúp tinh thần tinh tấn, để sắp xếp cho bước đi vạn vật đồng nhất thể. Thế gian nhiều ngõ ngách, biến thể của vạn vật cũng nhiều hình dáng phù hợp với môi trường sinh hóa, dù là tâm linh hay vật chất thường hằng…Văn chương là một loại hình riêng biệt trong hằng ngàn loại hình, để chỉnh chan cho hướng đi tạo vật hợp thể với bản ngã…đậm đà tính Folklore trong quá trình hoàn thiện sự sống. Hàng ngàn năm qua, những triết thuyết, khoa học, văn chương, xã hội…đều hướng dẫn trực tiếp (hay gián tiếp) siêu hình, đẩy quyền năng lập hạnh phúc hay khổ đau. Thuyết thần đạo, bén sâu vào gốc rễ tâm hồn người dân Việt Nam. Tin tưởng, nghe theo, làm theo, liều mình tử sinh, bảo vệ đức tin, là chuyện không thể bàn luận chối cãi. Sự thật, họ đã được ấm cúng với lòng tin mà thần thánh ban phát. Tục lệ thờ cúng đình làng, thần hoàng bổn cảnh, miếu hoang ven đường, là một nền văn hóa đặc trưng của bản Việt, không có một quốc gia nào trên thế gian này đa sắc đa diện như đất nước và lòng người nước ta. Văn hóa 5000 - 8000 năm, như Trung Quốc, Hy Lạp, Ấn Độ, Ba Tư… có được bao nhiêu chuyện thần thoại làm giàu chất văn học đầy nhân bản?

Thật ra, mỗi tình tiết của những thế giới siêu hình, có thể đầy những cõi riêng biệt (thế giới thần tiên, thế giới ma trơi, thế giới phù thủy, thế giới súc sinh ngạ quỷ, thế giới côn trùng thảo hoa…). Tất cả dù hiển hoa hay lõa tử cũng phải nhập thân vào bản thể vi diệu của thế giới nghiệp kiếp của mình, không thể vượt thoát, không thể hóa hiện, nếu không hoàn chỉnh cơ duyên. Các nhà văn viễn tưởng thường dựng cốt truyện cho thông thấu cho các cõi đi - về như khai sinh một đường kỳ ngộ giữa các thế giới thực hư, chỉ chờ dịp bước ngang qua là lọt vào địa phận tồn sinh khác biệt…

Khi tôi đọc Người Khăn Trắng cách đây hơn 40 năm, tâm trí của người đọc trẻ còn mang nặng cuộc sống khoa học đầy kỳ vọng, tôi vẫn có cái nhìn say mê với công trình của nhà văn Thượng Hồng. Trong giai đoạn Người Khăn Trắng xuất bản thật sung mãn, góp mặt đa dạng thể loại liêu trai. Sự đón chào nồng hậu của độc giả, trong thời buổi xem như tiếp nối các Bách Si Ma, Con Tàu Máu, Đau Đớn Phận Nghèo, Hiệp Liệt… còn ấm áp một phương cách văn chương bình dân, với rạch ròi luân hồi, thiện ác… Tác phẩm của Người Khăn Trắng là một cứu cánh mang đầy tính nhân văn.

Liêu Trai Chí Dị của Bồ Tùng Linh là một thể hiện văn phong cho một thế giới người và khác người, hầu như chiếm lĩnh tâm hồn chân chính và đầy lẽ phải của người phương Đông. Ở văn học Việt Nam thời trước cũng có nhiều loại sách trích quái như vậy, đánh dấu một sự công nhận tương đồng, ngoài thế giới loài người, vạn vật hữu tình hay vô tình, vẫn có một bản thể riêng biệt, và đồng hóa với sự tự do, lẽ phải, và sự sống được tôn trọng. Đó cũng là một câu trả lời cho đạo, cho đời và cho bá quyền phong kiến. Văn học ta, ngoài Truyền Kỳ Mạn Lục của Nguyễn Dữ ở thế kỷ thứ XVI, có thể kể thêm Nam Hải Dị Nhân, Việt Điện U Linh, Lĩnh Nam Chích Quái. Riêng Cổ Học Tinh Hoa , là bài học nặng chất nho giáo với Liệt Tử, Mặc Tử, Lưu Tử, Mạnh Tử, Trang Tử, Trương Đông Sơ, Án Tử, gồm Tả Truyện, Dục Hải Từ Hàng, Ngụy Thư Từ Tuân Minh Truyện, Thế Thuyết, Cao Sĩ Truyện, Lã Thị Xuân Thu… thì 4 tác phẩm kể trên mang nặng tính chất Folklore. Nam Hải Dị Nhân ngoài các chương về các bậc Anh Kiệt, Danh Thần, Danh Hiền, Văn Tài, Mãnh Tướng, bậc Danh Tiếng, thì có chương về các vị Thần Linh, và Tiên Tánh… Truyền Kỳ Mạn Lục và Việt Điện U Linh nghiêng hẳn về thế giới siêu hình, mà Truyền Kỳ Mạn Lục của Nguyễn Dữ trong 20 truyện (trừ truyện 12 và 14) thì cốt truyện xoay quanh quỷ thần, ma quái, vạch trần những xấu xa của xã hội phong kiến, công kích tính dị đoan, bài bác quỷ thần trong một xã hội suy hoại, kỷ cương đổ nát. Ví dụ, truyền Đền Hạng Vương, mượn giáo lý của Phật và Đạo lý giải quan niệm luân hồi, báo ứng và nghiệp chướng.

Thông thường, cái gì khác hẳn môi trường đang sống, thì đó có cái nhìn tò mò và được quy nạp một cách hiếu kỳ. Trong thập kỷ gần đây, Harry Potter, với thế giới phù thủy đã chứng minh sự dung nạp một nền văn học sáng hóa thông thái đầy tình người, làm giàu thêm tri thức và lập trình cho cách tân thế giới.

Xuyên suốt hơn vài trăm bộ sách Tân Liêu Trai Chí Dị của nhà văn nhà văn hóa Thượng Hồng, chuyện người và ma vẫn không bao giờ cũ, mọi tình tiết nhân quả gắn chặt trên văn phong nhà văn. Sức sáng tạo kinh hồn, của một cây viết đầy nghị lực và sáng hóa cho dòng văn học riêng mình, độc nhất vô nhị tại Việt Nam, đã giúp ông xuất bản hàng trăm bộ tiểu thuyết liêu trai, mang đầy nét nhân văn, cực kỳ tài hoa. Mang nặng một lý triết đạo đức dù ở thế giới nào, cũng nằm trong cảnh biến luân hồi, nhân quả. Cái tinh túy của tác phẩm liêu trai của nhà văn Thượng Hồng, đi hẳn vào niềm cảm thông với khổ đau muôn loài. Sự băng hoại của cuộc sống, đạo đức và con người là gieo nhiều hệ quả nghiệp chướng, làm hóa đá những hồn ma vất vưởng ở một cõi không âm không dương, phiêu linh, đày ải suốt lộ trình không sống không chết, vì những oan án hoặc bạo lực thủ đoạn xảo trá bất nhân làm nghẹn dòng sinh tử. Hồn oan không bước được trên nẻo đi - về, vất vưởng cùng cực ở cõi vô sinh vô tử, trôi nổi thảm khốc trong nỗi đau nghiệp số.

Hầu như, mỗi truyện của Thượng Hồng Người Khăn Trắng, đều trình bày khúc chiết một hoàn cảnh không trùng lắp nhau, và tư tưởng có hậu của nhà văn nhà văn hóa phương Đông này là một kết cục, làm sáng rực được một chân lý công bằng như ông quan niệm: "*Quan điểm nhất quán của tôi từ khởi đầu đến giờ vẫn như một: Dùng chuyện Ma, qua thế giới cõi âm để nói chuyện trần thế. Tôi luôn đứng về phía những người nghèo thấp cổ bé miệng, những con người bị ức hiếp bởi cường hào ác bá, giai cấp bóc lột khi còn sống mà không có điều kiện để phản kháng, khi chết thành Ma để báo oán, đòi công bằng. Điều này, tôi cho là đặc trưng của dòng văn học dân gian Việt Nam*".

Suốt một đời người, ông để hết tâm trí vào con đường được chọn sẵn cho khuynh hướng sáng tác của mình. Bước đi của một người trí không có một giây phút ngập ngừng, và bằng tài hoa sâu sắc càng lúc tác phẩm ra đời đều được nhen nhúm bằng lửa trái tim. Con người mà tâm thức đầy thiện căn, hướng về một xã hội bình yên, công bằng và hạnh phúc dù đó là loài thấp sinh hay quỷ thần, cũng phải quy tông trong hóa hiện chung của vũ trụ.

Thiện ác đáo đầu chung hữu báo, mà ông thường soi rọi trong từng tác phẩm liêu trai của ông, đều mang nặng một tính chất phù trợ cho tư tưởng *quả báo nhãn tiền,* mà từng lớp người thấp cổ bé miệng thường bị áp bức, đến cái chết cũng không được thăng hoa. Tôi không nghĩ như sự khiêm tốn của nhà văn nhà văn hóa Thượng Hồng là *ghi lại* những câu chuyện huyền bí để bạn đọc thưởng lãm. Mà đây là một dòng văn học đã được thừa nhận, qua bao nhiêu danh tác Ma của thế giới như Dracula ghê rợn của châu Âu, huyễn hoặc ảo diệu của Liêu Trai Chí Dị Trung Quốc, Trùm Hắc Ám Voldermort của Harry Potter… nhưng những oan hồn trong tác phẩm của Thượng Hồng đều có vẻ đẹp của *bản chất người*, ân oán phân minh. Dàn trải hơn mấy trăm tác phẩm, là mấy trăm cốt truyện đầy nhân bản, có tính sáng tạo và không trùng lắp một cốt truyện nào với cốt truyện nào. Tình tiết khơi dựng một cách linh hoạt, lôgic, đầy vẻ khoa học tính, đấu tranh giữa thiện và ác là chủ đề lập dựng, thôi thúc không ngừng nghỉ trong hiện thực và sương khói mơ hồ của cõi đối diện. Ý nghĩa nhân văn dàn trải trong một tư chất văn phong mạch lạc, khiến ông có một thành tựu vĩ đại hơn với công trình đồ sộ này. Dù rằng, khi trò chuyện, Thượng Hồng vẫn khiêm tốn chỉ là người góp nhặt, ghi chép lại các câu chuyện liêu trai khắp vùng đất nước. Ông không xem mình là một nhà văn, mà chỉ gắn liền những sự thu nhận ở khắp miền, vì vậy, văn phong đa dạng gắn chặt vào tiếng nói của từng địa phương vừa mới bước qua.

Thật ra, ngoài hàng trăm bộ truyện Ma, tác giả Thượng Hồng cũng góp mặt khá nhiều tác phẩm khác cho nền văn hóa văn học Việt Nam. Nên khi Inner Sanctum, của VietNam News đặt câu hỏi: "*Một tác phẩm văn học được coi là đứa con tinh thần của người viết bởi vì nó phản ảnh một phần tác giả. Làm thế nào cho câu chuyện của ông phản ánh tính cách và cuộc sống của ông?* Nhà văn Thượng Hồng bày tỏ: "*Truyện ma của tôi phản chiếu những cái nhìn của tôi về cuộc sống và tình yêu.*

Tôi vừa mới phát hành bộ sách, Một Phút Làm Thay Đổi Đời Người. Tôi chia sẻ với độc giả những câu chuyện thật mà tôi có kinh nghiệm bản thân mình.

Cuốn sách bao gồm những câu chuyện có ý nghĩa và chuyển động cuộc sống có thể thay đổi chỉ trong một phút, và nếu bạn bỏ lỡ những phút đó bạn có thể phải hối tiếc. Cuốn sách đề cập đến mối quan hệ xã hội và mang đến cho người đọc những bài học đạo đức, nhưng rất khó khăn cho hạt giống tâm hồn (*). Tôi kể chuyện của người Việt nam".

Chủ nghĩa nhân đạo được đề cập trong những sách hoàn toàn thuộc về văn hóa Việt Nam.

NGÔ NGUYÊN NGHIỄM
Viết tại Thư trang Quang Hạnh
Tháng 05/2011

Văn:

THƯỢNG HỒNG

CON HẠC GIẤY

Họa tùng ác, phúc tùng thiện. (Họa thì theo các ác đến, phúc thì theo điều lành đến)

Ngạn ngữ Trung Hoa

Sáng nào tôi cũng thấy nhỏ ngồi trên chiếc ghế gỗ cũ nhìn thẳng sang nhà mình. Tôi thì không sao, nhưng mẹ thì có vẻ khó chịu. Mẹ bảo tôi:

- Đóng cửa lại, để nó nhìn vô nhà mình là không tốt!

Tôi thấy nhỏ cỡ tuổi em mình, người gày gò, khuôn mặt khá dễ thương, nên tìm cách nói:

- Kệ người ta, mẹ. Nó ngồi ngay nhà nó ở bên kia đường thì đâu dính gì đến nhà mình, làm sao nói được.

Nhưng mẹ không chịu, cứ bắt đóng cửa lại. Mà tôi thì ngồi học bài ngay cửa sổ lại phải mở cửa cho thoáng, nên dù bị mẹ rầy mấy lần tôi vẫn để hé cửa và dĩ nhiên là bắt gặp nhỏ luôn. Con bé hầu như lúc nào cũng ngồi yên trong một tư thế, chẳng khác nào một pho tượng. Hôm nay trên tay nó lại cầm một con hạc giấy và nhìn kỹ hơn tôi còn thấy bên cạnh nó còn có một cái lọ thủy tinh, trong đó hình như là chứa gần đầy những con hạc giấy nhỏ hơn. Tôi nghĩ, hình như con bé xếp những con hạc để cầu phúc cho mình hay cho ai đó.

Nhìn hình ảnh đó tự dưng tôi có cảm tình và thương thương nhỏ thế nào ấy. Thỉnh thoảng tôi nhìn nhỏ rồi mỉm cười, hình như nhỏ cũng nhìn thấy tôi và ánh mắt nhỏ hướng sang tôi với sự thân thiện. Tôi tự nhủ, nếu rảnh thế nào tôi cũng sang làm quen với nhỏ.

Và chiều đó tôi học xong bài, khép cửa lại tôi bước thẳng qua chỗ con bé ngồi, đưa cho nhỏ một con hạc giấy lớn bằng bàn tay, do tôi vừa xếp xong:

- Tặng em. Em tên gì vậy? Chị là Nhã

Cô bé nhìn tôi trìu mến”

- Dạ cảm ơn chị, em là Châu. Bích Châu, viên ngọc màu xanh đó chị!

Nhỏ nói chuyện rất dễ thương, tôi định nói thêm thì mẹ từ bên nhà đã gọi vọng sang:

- Nhã Uyển, ăn cơm!

Hình như mẹ không muốn tôi chơi với nhỏ nên gọi như thế, chờ nhà tôi ngày nào cũng hơn sáu giờ mới ăn cơm. Tôi chào nhỏ và hẹn:

- Nếu em thích thì chị sẽ xếp tặng em nhiều con hạc giấy nữa. Chị là quán quân ở trường về xếp hạc giấy đấy nhé!

Nhỏ Châu nhìn theo tôi và cười. Nụ cười héo hắc, nhưng sao đẹp lạ thường…

Mẹ tôi cũng kỳ, bà đã có thành kiến với ai một lần thì để bụng. Mẹ nhất định không cho tôi chơi với Châu, mẹ nói:

- Mặt con nhỏ u buồn quá, năm nay là năm con thi cử, nên tránh nó ra.

Tôi không chịu ý của mẹ, nhưng không dám cãi, nên chỉ hạn chế chớ không cắt đắt hẳn việc qua lại với nhỏ. Cho đến chiều hôm qua, cứ theo lệ tới bốn giờ tôi nhìn sang không thấy nhỏ đâu, nhà đóng kín cửa. Khoảng sáu giờ thì một chiếc xe cứu thương ngưng ngay trước nhà nhỏ. Lát sau người ta khiêng ra một người nằm bất động trên băng ca, trên phủ kín bằng vải trắng. Tôi giật mình, cứ ngỡ đó là nhỏ! Nhưng không, tôi nghe tiếng khóc thé, rồi bóng người bé nhỏ của nhỏ Châu lao ra theo sau chiếc băng ca! Nó càng gào thì mấy người khiêng băng ca càng bước nhanh hơn, một thoáng thì họ đã đẩy băng ca vào và đóng sầm cửa xe lại. Nhỏ nhảy dựng lên, gào lạc cả giọng và tôi nhìn sang thấy bóng của nhỏ đổ sụp xuống. Có lẽ nào do quá xúc động nên nhỏ đã ngất.

Người được khiêng ra xe hôm đó là mẹ của nhỏ và đó là lần cuối cùng nhỏ nhìn thấy mẹ. Bà mất bởi một căn bệnh ngặt, kéo dài. Hỏi ra tôi mới biết, mỗi chiều bé đều ra cửa ngồi xếp những con hạc giấy là để cầu phúc cho mẹ. Nhỏ bảo tôi:

- Em nghe người ta nói nếu t rong một trăm ngày mà xếp được 1001 con hạc giấy thì cầu điều gì sẽ được toại nguyện. Vậy mà em cầu cho mẹ hết bệnh cũng không con. Em hiểu rồi, bở đã quá một trăm ngày mà em chỉ mới xếp được 991 con. Em tệ quá!

Tôi hỏi em trong nhà sau khi mẹ em mất rồi, còn lại những ai, thì em chỉ lắc đầu không đáp. Một người bên cạnh nói thay:

- Nó chỉ có hai mẹ con. Từ miền Trung vào đây, mẹ con nó được một người quen cho ở nhờ căn nhà này, nay má nó chết rồi nó chưa biết phải về đâu. Hôm qua ban xã hội phường bàn định gửi nó vô viện mồ côi, chớ ở ngoài đâu có ai nuôi. Nó mười có mười tuổi.

Tôi không ngăn được xúc động và đánh bạo dẫn nhỏ về nhà, nói hết với mẹ hoàn cảnh của nhỏ. Thật là bất ngờ, mẹ bảo:

- Tạm thời cứ để nó ở bên này. Tội nghiệp…

Tối đó nhỏ Châu ngồi tẩn mẩn xếp hai con hạc giấy. Xong nhỏ đem tặng cho mẹ tôi một con và tôi một con. Nhỏ rụt rè nói:

- Con cầu phúc cho bà, em cầu cho chị thi đỗ!

Mẹ tôi rơm rớm nước mắt nhìn nó…

***

Và đó là phút định mệnh của nhỏ Châu và cả gia đình tôi. Bởi cuối cùng, người nhận nuôi Châu là mẹ tôi chớ không phải viện mồ côi. Mẹ nói riêng với tôi:

- Đầu tiên mẹ không ưa cái mặt u buồn của nó, nhưng cái hôm thấy người ta khiêng xác mẹ nó ra, nhìn nó khóc thét lên thì mẹ đã không cầm được nước mắt. Mẹ nghĩ tới cảnh ngộ của mình, đâu khác gì nó, nhưng con còn có mẹ, chúng ta còn nương tựa được nhau…

Nhỏ Châu lớn lên trong nhà chúng tôi. Hiện thời, sau hai mươi mốt năm, người ta đâu còn gọi cái tên Châu trống không nữa, mà luôn kèm theo học vị: Tiến sĩ y khoa Bích Châu. Cùng với tôi, trước sau bốn năm, tôi và Châu đều đỗ tiến sĩ trước khi mẹ tôi mất một năm.

Có một điều rất hay ở Châu là cho đến khi mẹ tôi mất, lúc nào mỗi sáng Châu cũng đều đặt lên đầu giường của mẹ một con hạc giấy. Kể cả hai năm du học ở Nhật do được học bổng chuyên tu, Châu vẫn đều đặn xếp hạc giấy để dành, đến khi về nước, Châu đem tặng mẹ cả một keo thủy tinh con hạc giấy.

THƯỢNG HỒNG

Tân liêu trai chí dị:

THƯỢNG HỒNG

NGUYỆT HỒ

Vợ chồng thầy lang Đường Trung đã trên bốn mươi, họ ăn ở với nhau đã hơn hai mươi năm, mà vẫn chưa có mụn con nào. Vì thế càng về già họ lại càng cảm thấy cô đơn và thèm khát có được một mụn con hơn bất cứ ai. Do đó, khi nghe có người mách bảo chuyện ở cuối huyện có người muốn cho một đứa trẻ vì cảnh nhà nghèo, không nuôi nổi con, như bắt được vàng, vợ chồng Đường Trung đi ngay đến chỗ đó.

Khi đến nơi thì quả nhiên có việc ấy. Người mẹ đau khổ đã tâm sự với vợ chồng Đường Trung:

- Bỏ con là rứt đi núm ruột của mình. Song, vì hoàn cảnh gia đình quá túng bấn, lại còn nay yếu mai đau, nên phải đành…

Con bé ba tháng tuổi trông xinh xăn đáo để, miệng lúc nào cũng cười, mặt lúc nào cũng tươi, do đó bà Đường thường khoe với mọi người:

- Con bé này là thần tài của nhà tôi đấy!

Nhiều người cũng xác nhận điều đó.

- Mặt mày con bé tươi như thế là báo hiệu tiền của vào nhà đấy.

Điều này xem ra có vẻ đúng. Bởi vì, kể từ khi xin được con bé về, nhà của vợ chồng Đường Trung cứ làm ăn khấm khá ra, buôn đâu trúng đó. Đường Trung bàn với vợ:

- Mình phải tìm một cái tên khác đặt cho con bé, chứ cái tên cũ xem ra chẳng xứng đáng gì với cảnh nhà mình.

Nguyên khi đêm con nó về, mẹ ruột con bé đã cho biết là bà đặt tên cho con là A Lâm, mà theo bà Đường thì tên đó không hợp với con gái. Bà tán đồng ý kiến của chồng:

-Ta nên nhờ thầy đồ trong làng để xin cho con một cái tên hay, đêm hôm đó bỗng bà Đường mơ thấy một vị tiên nữ đén gọi thẳng tên bà và dặn:

- Nhớ đặt cho con bé cái tên Nguyệt Hồ. ĐÓ là tên chọn sẵn cho nó đấy!

Khi thức dậy, bà Đường bàn với chồng, họ cho rằng chính thần tiên đã chọn tên cho con bé, nên đã cùng đồng ý giữ cái tên Nguyệt Hồ cho đứa con nuôi.

Ngày tháng qua mau, thấm thoát mà đã hơn mười bốn năm. Con bé Nguyệt Hồ giờ đây đã trở thành cô gái Nguyệt Hồ xinh đẹp.

Vào tết Trung thu năm ấy, Nguyệt Hồ cùng cài người bạnđi chơi trăng ở chợ Huyện, mãi đến nửa khuya mới trở về. Đang đi ngang gốc cây đa, bỗng đâu có một người ăn mặc theo lối đạo sĩ bước ra chận lối, ông ta chỉ thẳng vào Nguyệt Hồ và nói:

- Con hồ tinh này đã trốn hơn mười bốn năm, thật là quá lắm!

Vừa nghe nói đến đó, Nguyệt Hồ đã kêu thét lên và cắm đầu chạy như bị ma đuổi. Hai cô gái đi cùng hoảng quá cũng ù té chạy theo. Phía sau, vị đạo sĩ cầm cây gậy trúc điểm theo đe dọa:

- Mi chạy đâu cho thoát, khôn hồn thì đến lạy ta để ta nhẹ tay cho.

Nguyệt Hồ thoát được về đến nhà rồi phát bệnh luôn, cô nằm liệt giường nhiều ngày liền. Mấy người bạn cùng đi chơi với cô bữa trước cũng không thấy ai lui tới thăm bạn. Trong khi đó, vị đạo sĩ cứ ngày ngày ngồi dưới gốc cây đa như trông đợi… Một buổi sáng sớm, vừa thoáng trông thấy một cụ già đi qua, đạo sĩ gọi lại và nghiêm giọng bảo:

- Ông chớ có đi lấy thuốc cho con bé đó, thuốc uống cũng không chữa nổi đâu!

Ông già ngẩn lên thì mới rõ đó là Đường Trung. Vốn là một thầy lang, lại đích thân chẩn mạch và đi bốc thuốc cho con, nên ông tỏ vẻ tức giận khi nghe nói vậy. Ông trợn mắt nhìn khách lạ, vừa hỏi lại:

- Ta với ông chẳng hề quen biết, cớ chi ông nói những điều xằng bậy như thế?

Đạo sĩ hỏi lại:

- Ông có nhận là đang đi bốc thuốc không?

- Đúng thì sao? Can chi đến ông?

Đạo sĩ nghiêm giọng lần nữa:

- Sao ta lại không biết ông đang tìm cách chữa trị cho con Nguyệt Hồ. Nhưng đừng cố công vô ích, bệnh của nó thuộc bệnh âm, dương gian làm gì chữa khỏi mà hòng…

Nghe lão ta gọi đúng tên con, ông Đường ngạc nhiên, vừa định hỏi lại, bống thoắt cái, lão đạo sĩ biến dạng tự lúc nào rồi. Vừa lo vừa tức tối, lão Đường tiếp tục đi miệng lẩm bẩm:

- Toàn nói gở…

Lão đưa thuốc cho con uống. Nhưng qua ba ngày rồi mà bệnh tình của Nguyệt Hồ chẳng có dấu hiệu gì suy giảm cả. Ông bắt đầu lo, xem kỹ lại mạch của con, chợt ông kinh hãi gọi vợ ra ngoài bảo:

- Mạch con nhỏ lạ lắm, hầu như chẳng còn thấy nữa. Nhưng chẳng hiểu sao nó vẫn còn tỉnh và nói chuyện được? Bà mau sắm lễ vật để tôi vái thành mẫu.

Vợ chồng lão Đường khấn vái suốt đêm đó. Sáng ra, khi vừa mở cửa, họ đã sửng sốt khi thấy lão đạo sĩ đã đứng ở sân từ lúc nào rồi. Chưa kịp hỏi, lão đạo sĩ đã lên tiêng:

- Ta đến rước nó đây!

Chợt nghe từ phòng riêng của Nguyệt Hồ có một tiếng thét to ra chiều đau đớn. Khi bà Đường chạy vào thì thấy con gái đang lịm dần, và lát sau thì xuôi tay, hết thở.

Tuy là cha mẹ nuôi, nhưng chẳng khác nào tình máu mủ, vợ chồng họ Đường thương tiếc, khóc lóc thảm thiết. Họ định chạy ra cửa để chửi mắng lão đạo sĩ, nhưng lúc ấy đạo sĩ đã đi mất dạng.

Bởi quá thương con nên vợ chồng Đường lão quàn xác Nguyệt Hồ đến ngày thứ tư mà chưa chịu đi chôn. Tối hôm đó, trong lúc mọi người đang ngủ gà ngủ gật vì mỏi mệt, chợt có tiếng động mạnh ở nắp quan tài. Đường lão thính tai là người nghe đầu tiên. Ông đến bên áo quan vừa kịp nghe như có tiếng gọi từ trong ấy. Hoảng quá, ông thét bảo mọi người cùng mở nắp áo quan ra. Lúc ấy Nguyệt Hồ ngồi bật dậy, vừa thở vừa nói:

- Hãy mau cứu con, đừng để lão đạo sĩ bắt con đi!

Rồi cô bảo cha mẹ tìm một con chồn, giết chết, và đặt xác

nó vào quan tài. Cô kể rõ:

- Hãy làm như thế này mới mong qua mắt được lão đạo sĩ đó. Lão vốn là hồ ly trước tu luyện lâu năm nên được phong làm giám quan, trông coi giới hồ tinh. Con quả thật trước kia là hồn của một con chồn hương, tu luyện thành người. Và con tuy sinh ra trong gia đình ở Dương Thành, nhưng có duyên số với nhà cha mẹ đây, nên mới được đưa về nuôi dưỡng. Vừa rồi, chẳng may lão đạo sĩ qua làng, phát hiện ra tung tích của con nên lão ta quyết bắt về để quản lý. Đúng ra thì con đã phải chịu số phận như những con chồn bất hạnh khác, nếu không nhờ khôn khéo thoát ra được…

Cô ngừng lại thở, sau đó kể tiếp:

- Con tuy là chồn nhưng con muốn được làm người, con không muốn trở lại số kiếp cầm thú của mình. Bởi vậy, đã ba đời con nhẫn nhục tu luyện. Chính con đã đầu thai hai lần làm con chó giữ nhà cho nhà Hạ phu nhân, người đã sinh ra con ở lần đầu thai thứ ba. Sở dĩ con có tên là Nguyệt Hồ là bởi trước đây khi còn ở kiếp chó, cứ đêm đêm, khi có trăng lên, con thường thức canh nhà, mỗi khi có lũ cáo lẻn vào nhà bắt trộm gà, heo, con đã sủa lên báo động, giúp cho chủ nhà giữ được của. Nhà chồn ghét con, vì cho rằng con phản lại họ. Riêng con, khi làm như vậy là con muốn được sống như loài người, con muốn vức bỏ số kiếp của mình. Giờ đây, con không thể trở về trong tay lão đạo sĩ đó. Con xin cha mẹ hãy giúp con. Hãy cứu con!

Lời kể thống thiết của Nguyệt Hồ khiến cho vợ chồng Đường Trung vô cùng cảm kích. Họ nhanh chóng nghe theo lời dặn của con, đem chôn xác con cáo vào quan tài, sau đó đem mai táng cẩn thận. Quả nhiên, chiều hôm đó, lão đạo sĩ đã hộc tốc chạy đến nơi như tìm kiếm Nguyệt Hồ. Khi bấm độn vài lần, lão ta tỏ vẻ hài lòng bỏ đi. Từ đó không thấy trở lại nữa.

Nguyệt Hồ tiếp tục sống cuộc sống bình thường với cha mẹ nuôi. Cô kể chuyện:

- Lão đạo sĩ đó tuy cao tay ấn, nhưng do con đã có cách làm cho lão thấy xác cáo thành ra xác con nên lão yên tâm là con sẽ mãi mãi bị giữ dưới lòng đất, chỉ một năm sau là lão sẽ quên hẳn con, như thế con sẽ được lưu lại trần gian như mọi người…

Năm mười bảy tuổi, Nguyệt Hồ được một hàn sĩ cưới làm vợ. Hai năm sau hàn sĩ họ Dương đỗ đạt, được bổ làm huyện lệnh Dương Thành. Từ ấy, Nguyệt Hồ sống cuộc đời hạnh phúc…

ĐÁM CƯỚI HỒ LY

Trước lễ cưới ba ngày, bống nửa đêm hôm đó cô dâu Vân Nương phát bạo bệnh và chết. Khi nhà trai đến đón dâu thì xác vẫn chưa chôn. Chàng rể Lâm Môn khóc thương gần một ngày mà vẫn chưa nguôi. Tang lễ diễn ra có mặt cả hai họ. Đến ngày thứ năm thì nhà trai xin phép cáo lui.

Vừa ra tới đầu làng, chợt Lâm Môn kêu lên thảm thốt:

- Nàng! Chính là nàng!

Mọi người nhìn thấy một người con gái đang thất thểu bước từ vệ đường ra, đó chính là nàng Vân Nương! Ai cũng ngỡ đó là hồn ma, nhưng chính Vân Nương đã lên tiếng trước:

- Chính là con vừa sống lại, chú không phải hồn ma bóng quế gì đâu. Con chào cha mẹ, xin ra mắt lang quân.

Nàng sụp lạy giữa đường, làm cho ai nấy đều ngẩn ngơ, áy náy. Chỉ có Lâm Môn, do quá thương người vợ sắp cưới, nên đã không chút ngại ngần, đã ôm lấy vai nàng đỡ dậy:

- Sự thể ra sao, nàng hãy nói rõ. Bởi vì chính ta và phụ mẫu đều chứng kiến tang lễ nàng…

Vân Nương khóc nức nở, nói tiếng được tiếng mất:

- Nếu không nhờ phán quan đến kịp lúc, thì thiếp đã chết mất kiếp rồi. Thiếp chết oan, bị bắt lầm hồn, lúc chết tim còn nóng, thế mà chàng không nỡ xem lại sự thể, đã vội cho người đi chôn. Thiếp buồn quá, tủi hổ quá…

Lâm Môn phải xuống nước năn nỉ, giãi bày:

- Chẳng qua khi ta tới nơi thì mọi thủ tục đã xong, ta chỉ còn biết khóc và đưa tiễn nàng đi. Mọi chuyện do nhạc phụ và nhạc mẫu ta lo hết.

Cuộc trùng phùng sau đó càng làm cho cả nhà Vân Nương thêm hoang mang. Chung lão lo lắng:

- Chính cha đã đóng nắp quan tài cho con, lại chôn sâu dưới lòng đất, vậy sao con có thể sống và thoát ra được?

Theo lời kể của Vân Nương, mọi người ra tận mộ huyệt để xem, thì đúng là ngôi mộ đã sụp lở, nắp quan tài đã được bung ra. Lúc ấy, vợ chồng Chung lão gia mới tin.

Thế là đám tang lại biến thành đám cưới như trước. Cả làng thôn đều kinh ngạc, họ kéo tới xem đám cưới thì ít, mà muốn tận mắt nhìn xem cô dâu từ địa phủ trở về thì nhiều. Riêng chàng rể đứng bên cô vợ mới mà mắt cứ len lén nhìn, như nhìn một người lạ…

Lễ rước dâu được tổ chức đơn giản, có lẽ vì bên nhà trai cũng muốn rời khỏi làng cho sớm.

Khi mọi việc xong xuôi rồi, ông Chung mới nói riêng với vợ:

- Bà có để ý một điều rất lạ trên mặt con Vân Nương không?

Nghe hỏi, Chung phu nhân chợt nhớ ra:

- Hình như có cái nốt ruồi?

Ông gật đầu, vẻ trầm ngâm:

- Đúng là cái nốt ruồi. Con Vân Nương từ nhỏ đến lớn trên má đâu có cái nốt rồi nào. Vậy mà khi nó chết đi sống lại thì má bên phải nổi lên một nốt ruồi đỏ như son, lúc nó nép vào thằng Lâm Môn tôi nhìn thấy, định chỉ cho ông xem, nhưng chưa kịp…

Lão Chung suy nghĩ hồi lâu, rồi tự trấn an:

- Có thể khi bị chôn dưới mồ, nó đã bị con gì đó cắn cũng nên. Chưa chắc là nốt ruồi…

Tuy nói vậy, nhưng suốt đêm ông cứ bị ám ảnh hoài về chuyện cái nốt ruồi… Sáng dậy, ông gọi vợ vào căn dặn:

- Tôi vẫn không yên tâm. Vậy bà ở nhà lo công việc, tôi theo sang nhà trai, xem lại sự thể coi ra sao?

Ông đem theo một tiểu đồng, cưỡi la lên đường. Đi được nửa ngày đường, chợt nghe có người kháo nhau rằng ở vùng rừng tre thôn Nhật Hà vừa xảy ra một vụ cướp của giết người rất dã man, nạn nhân là một người đàn ông đang đi với vợ mới cưới…

Nghe qua, lão Chung giật mình, lo sợ. Phải chăng con gái và rể ông đã gặp chuyện chẳng lành?

Khi đến nơi, Chung lão thấy rõ ràng xác con ngựa mà khi Lâm Môn tới rước dâu đã cưỡi, lại còn đôi giày bỏ nằm lăn lóc trên đất, mà đôi giày đó lão Chung đã tặng cho chàng rể.

Tuy không nhìn thấy dấu vết gì của Vân Nương, nhưng Chung lão gia vẫn chắc rằng con mình lành ít dữ nhiều. Ông hối hả lên đường tới trấn Vận Thành, nơi gia đình họ Lâm sinh sống.

Giữa Lâm Hổ Đầu, cha của Lâm Mông, và họ Chung là chỗ bạn bè chí cốt từ thiếu thời, do đó, nếu có điều bất hạnh cho ai, thì đều là đại họa cho cả hai. Bởi vậy, khi vừa bước vào đến nhà, lão Chung đã gào lên:

- Lâm huynh ơi, đại họa rồi! Đại họa rồi!

Nhưng, chợt ông nín lặng và ngây người ra, vì trước mặt ông là vợ chồng Vân Nương và Lâm Môn đang tươi cười đón ông:

- Cha, sao cha lại tới đây?

Vân Nương nắm tay cha, nàng quay sang chồng:

- Còn chưa đỡ cha vào nhà sao?

Lâm môn vừa bước đến lão Chung đã chụp lấy vai, sờ nắn như dò xét. Vân Nương lấy làm lạ:

- Cha, cha làm sao thế?

Lão Chung thấy rể mình vẫn bình thường, nên có vẻ lúng túng:

- À… không sao. Ta… ta nhớ nó.

Ông đem chuyện chứng kiến dọc đường thuật lại cho nhà họ Lâm nghe, ai cũng cười. Lâm Môn trấn an cha vợ:

- Số là trên đường đi con có té ngựa và đánh rơi đôi giày. Ngoài ra chẳng sao cả. Như gia gia thấy đây, vợ chồng con vẫn khỏe.

Chung lão gia đưa mắt quan sát mặt con gái, rõ ràng trên gò má phải của Vân Nương có một nốt ruồi son khá lớn. Tuy đẹp, nhưng lại hoàn toàn xa lạ với con ông.

Suốt đêm đó, tuy vui vẻ vì con rể vẫn bình yên, nhưng lão Chung vẫn không an lòng. Ông cứ lén nhìn Vân Nương như ngờ ngợ… Mãi cho đến nửa đêm, do tuổi già, mỏi mệt, ông ngủ thiếp đi…

Trong cơn mơ màng, chợt lão Chung nghe nhiều tiếng thì thào rất lạ phía bên ngoài vách. Choàng tỉnh giấc nhưng Chung lão vẫn nằm yên, nghe ngóng. Quả nhiên bên ngoài cửa sổ đang có cuộc nói chuyện của ai đó. Tò mò, lão Chung len lén nhìn ra và hết sức kinh ngạc khi thấy cả một bầy cáo đang phủ phục trước hai con cáo lông trắng. Một trong hai con cáo trắng đó có giọng nói rất giống với Vân Nương!

Cuối đối đáp nghe rõ mồn một:

- Các người khiêng kiệu ra đi, chúng ta làm lễ ngay, kẻo trời sáng.

- Bọn tiểu tử xin tuân lệnh nương nương.

Người vừa ra lệnh có giọng nói y hệt của Vân Nương, còn lời đáp lại là của lũ cáo nhỏ xung quanh. Vừa lúc đó chúng lôi ra một chiếc kiệu nhỏ như đồ chơi trẻ con, con cáo trắng còn lại giờ mới lên tiếng:

- Đưa bọn ta về Đông dinh.

Nói xong, cả hai leo lên chiếc kiệu nhỏ xíu đó. Chẳng ngờ kiệu tuy nhỏ nhưng lại chở được hai con cáo lớn, sau đó, tám con cáo ghé vai khiêng kiệu chạy như bay. Chung lão bàng hoàng bật dậy chạy theo sau. Ông không thể lầm được, cả hai giọng nói vừa rồi là của Vân Nương và Lâm Môn.

Dù sức già, nhưng lão Chung cũng cố bước theo thật nhanh. Đi phải hơn một dặm đường thì chiếc kiệu mới dừng lại. Nhìn quanh, Chung lão nhận ra nơi đó là một gò đất cao, có nhiều hang hố hoang vắng…

Lũ cáo sau khi đặt kiệu xuống thảy đều phủ phục thành một hàng dài, giống như người ta hành lễ đón rước ai đó… Đôi cáo trắng nắm tay nhau bước xuống kiệu, hướng về phái gò đất cao. Chúng dừng lại chỗ miệng hang, một trong hai con cất tiếng trong trẻo:

- Ta miễn lễ cho các con. Hãy đứng dậy và thỏa thích nô đùa, hôm nay là ngày vui của hai ta. Ngày vui mà cả đời chúng ta, sau mấy chục năm chờ đợi mới có được!

Giọng nói đó đích thị là của Vân Nương! Lão Chung suýt nữa không giữ được bình tĩnh, định kêu lên, cũng may ông chưa kịp kêu lên tiếng, thì con cáo đã cất giọng ồm ồm:

- Cũng nhờ có đám cưới giữa hai nhà họ Lâm và họ Chung, nên bọn ta mới đổi được kiếp. Từ nay, chúng ta đã thành người, nhưng không quên ơn các người đã tận tình giúp đỡ.

Giọng nói này không thể lầm với ai được, chính là của Lâm Môn. Chung lão quá đỗi sợ, ông núp trong bụi cây mà toàn thân run lên cầm cập. Ông cố nén chờ xem sự thể ra sao. Chợt lúc đó, hai con cáo trắng vươn mình và hiện nguyên hình hai con người: chẳng ai khác hơn là Vân Nương và Lâm Môn!

Có tiếng vỗ tay và râm ran lời chúc tụng từ lũ cáo chung quanh. Trong đó những lời chúc của chúng rõ ràng là chúc một đám cưới, mà cô dâu chú rể là đôi cáo trắng hiện hình người đứng kia.

Hình như đây là cuộc rước dâu. Do đó, khi tiếng reo hò vừa xong thì cả tân lang, tân giai nhân đều bước vào hang mà vừa rồi chúng gọi là Đông dinh.

Đến lúc này thì lão Chung không còn nghi ngờ gì nữa, ông vừa định cất tiếng kêu thì chợt như có ai đó chẹn ngang cổ, làm cho ông nghẹn thở… rồi phút chốc ngất đi.

Lão Chung hôn mê đến cả tháng trời. Gia đình họ Lâm không hiểu chuyện gì, bèn cho gia nhân đưa ông về quê. Hơn ba mươi ngày sau, Chung lão mới tỉnh lại. Ông hốt hoảng khi nhớ ra chuyện cũ và kêu la, làm cho mọi người kinh hoảng theo.

Vợ chồng ông Lâm Hổ Đầu cũng có mặt. Họ càng ngạc nhiên hơn khi nghe lão Chung thuật chuyện. Họ đều nói:

- Thằng Lâm Môn và Vân Nương vợ nó đều đang bình thường, sống tại nhà chúng tôi cơ mà?

Chẳng ai tin lời của lão Chung. Cho đến khi có một cụ ông mặc toàn đồ xanh, chẳng hiểu từ đâu ghé qua nhà, cụ đứng giữa sân nói lớn:

- Họa phúc không biết đâu mà phân biệt. Người chết đi là họa, sống lại là phúc. Nhưng biến phúc thành họa cũng là người ấy.

Ông ta chỉ nói bấy nhiêu đó, rồi quay lưng đi. Cả nhà hốt hoảng chạy theo kêu lại thì chẳng còn thấy đâu nữa. Chỉ thấy ở lối đi mà ông vừa đi qua có rơi lại một mảnh giấy, nhặt lên xem thì rõ ràng ông cụ viết gởi cho gia đình hai họ Lâm và Chung. Trong giấy ghi: "hai con cáo tu lâu năm muốn thành người, chúng phải tìm được hai người để đổi kiếp và đã chọn đúng con của hai nhà Chung, Lâm. Cô gái trước, rồi chàng trai sau, đã bị cáo hóa kiếp rồi.

Đừng tiếc nữa, vô ích, hãy chấp nhận chúng. Đợi khi chúng sinh con, thì hai đứa con đó lại trở thành người thật. Hai đứa bé lớn lên sẽ là hậu nhân của Vân Nương và Lâm Môn".

Hai nhà nghe theo lời, chẳng ai hé môi tiết lộ sự thật. Và quả nhiên một năm sau, họ được làm ông bà của một cặp song sinh, một gái một trai.

Càng lớn lên hai đứa trẻ càng giống Vân Nương và Lâm Môn như đúc.

Đến lúc cha mẹ của Vân Nương và Lâm Môn già, chết đi, câu chuyện con họ bị cáo bắt hồn hóa kiếp vẫn được giữ kín… Vì dù sao, nếu đúng như lời ông cụ áo xanh nói, thì về sau họ cũng còn hai kẻ nối dõi tông đường.

TÚ TÀI LỠ VẬN

Thi đỗ tú tài đã mười năm, vậy mà qua ba khoa thi để mong lấy bảng nhãn, thám hoa vẫn chưa thành, nên Di Cố đâm ra thất chí. Chàng nghĩ có lẽ số phận của mình chỉ là ông thầy đồ mãi mãi. Nhưng dạy học thì Di Cố không thích, cho đó là công việc nhàm chán, cột trói tay chân.

Nghĩ ngợi mãi, cuối cùng Di Cố quyết định chọn nghề viết thư pháp để kiếm tiền độ nhật, lại có dịp đi đây đi đó cho thỏa chí tang bồng. Có hoa tay, lại đọc nhiều sách, biết nhiều điển tích, luyện được nhiều trường phái thư pháp nên nghề của Di Cố cũng được nhiều người biết và mến chuộng. Cuộc sống vì thế cũng không đến nỗi nào.

Nghe tin huyện Đơn Đương có mở hội thả đèn trên sông, lại là dịp tụ tập các tay thư pháp nổi tiếng về để họp mặt luận thơ, luyện bút, Di Cố quyết thu xếp đến đó một chuyến. Thật tình thì chàng Cố không thích tranh đua, xong sự quyến rũ nhất lại ở chỗ khác: được ngắm nhìn vô số giai nhân, những người sẽ có mặt trong lễ hội thả đèn. Trong số người đẹp này có nàng Tiên Dung vốn có hẹn với Di Cố năm trước.

Từ thành đô xuôi thuyền về Đơn Dương mất hai ngày đường, tới nơi cũng đúng dịp khai trương lễ hội, Di Cố thuê phòng trọ thì trời cũng đã tối. Chỉ ăn qua loa nửa cái bánh bao, chàng tú tài lỡ vận bách bộ xuôi theo thị trấn ra tận bến sông. Người người lũ lượt, ai ai cũng xiêm y bóng bẩy, nói cười rôm rả. Đây có lẽ là dịp tốt nhất để nam thanh nữ tú hội ngộ. Đây cũng là cơ hội để nhiều cặp hẹn hò, đính ước. Di Cố cũng đã từng được Tiên Dung hứa hẹn sẽ gặp lại ở đây năm nay…

Cảnh các đôi nam nữ ngồi trên bờ sông thả những chiếc thuyền giấy, thuyền hoa xuống dòng sông nước chảy nhè nhẹ trông thật lãng mạng. Di Cố cũng làm như họ. Nhưng chiếc thuyền giấy của chàng thả xuống được cấu tạo rất riêng biệt, thay vì đốt một cây nến, chàng đốt hai cây và đặt đóa hoa màu hồng phấn ở ngay mũi thuyền. Ngụ ý này chỉ có Di Cố và Tiên Dung biết: Họ hẹn nhau năm trước, hễ ai tới đây thì chẳng cần đi tìm nhau, chỉ việc làm chiếc thuyền giấy với ám hiệu riêng ấy thì ắt người kia sẽ nhận ra và tìm đến đúng chỗ của nhau.

Trong lúc đợi kết quả của thông điệp thuyền trôi sông, Di Cố lấy giấy bút ra viết bốn câu thơ mà chàng đã ấp ủ, trau chuốt từ lâu, để chốc nữa gặp lại, chàng sẽ tặng Tiên Dung. Nét bút thanh thoát, ý thơ chải chuốt hiện trên giấy như mang cả nhịp đập trái tim người đang nôn nao mong gặp người yêu. Viết xong, chàng định treo lên cành cây gần đó để hong khô nhưng chưa kịp thực hiện thì chợt có ai đó đặt lên tờ giấy một chiếc thuyền giấy còn đẫm nước.

- Tiên Dung!

Ngỡ nàng tới, nhưng khi ngẩng lên nhìn, Di Cố giật mình, buộc miệng:

- Cô nương nhặt được chiếc thuyền giấy này là hại tôi rồi. Tôi cần để cho…

Cô gái đứng trước mặt chàng vội chặn lời:

- Chàng gởi nó đến một người, nhưng người ấy không bao giờ còn được nhận.

Di Cố bật dậy, nhìn cô gái lạ. Lúc này chàng mới nhận ra đó là một giai nhân ăn mặc dân dã, giản dị nhưng đẹp lạ thường. Tuổi nàng khoảng mười tám đôi mươi. Người hoàn toàn xa lạ, nhưng tại sao lại biết chuyện chàng liên lạc hẹn hò với Tiên Dung?

Cô gái giải đáp thay thắc mắc của chàng:

- Chàng đừng ngạc nhiên. Phải là người được căn dặn kỹ thì mới biết được ám hiệu và nơi chốn để đến gặp chàng, nói cho chàng biết…

Nàng ngập ngừng rồi im bặt. Chừng như có điều gì đó không lành, Di Cố hỏi dồn:

- Thế Tiên Dung đâu? Nàng và Tiên Dung là thế nào?

Không đáp, nàng đưa tay chỉ về phía hạ lưu như ngầm hướng dẫn Di Cố. Nàng đi trước, Di Cố bước gấp theo sau. Nàng đi khá nhanh nên Di Cố bước mà đôi lần chàng suýt bị tụt hậu. Đến một chỗ vắng người, nàng thoăn thoắt bước xuống một chiếc thuyền có mui kín và đưa tay vẫy Di Cố.

Ngần ngừ giây lát, anh chàng đánh bạo bước theo. Con thuyền tròng trành chứng tỏ không có nhiều người. Khi vào trong khoang, cô gái mới chỉ một cái bàn thờ nhỏ và bảo:

- Dung muội chờ chàng ở đây.

Tên tuổi, ngày qua đời của Tiên Dung được viết rành rành trên bài vị. Không còn nghi ngờ gì nữa, Tiên Dung đã chết! Di Cố gục xuống nức nở.

Mãi hồi lâu mới nghe nàng kể lể:

- Dung muội qua đời trong cơn bạo bệnh. Thiếp là chị con nhà dì được muội ấy nói rõ cho nghe là có hẹn với chàng ở đây năm nay, bảo rằng cách nào cũng tới nơi hẹn và nói cho chàng biết, kẻo chàng trách muội ấy tội nghiệp. Xin chàng cứ gọi thiếp là Ngọc Dung.

Khác nào xét đánh ngang tai! Di Cố quên cả ý tứ, ôm bài vị mà gào thảm thiết. Lúc ấy chàng không hay biết Ngọc Dung lui dần con thuyền ra giữa dòng sông. Có lẽ nàng sợ tiếng khóc của Di Cố làm kinh động mọi người.

Trời đầu khuya, gió giữa dòng lộng thổi, bên trong thuyền tiếng khóc của Di Cố càng lúc càng thê lương. Giọng chàng lạc cả đi cho đến lúc ngất lịm.

Trong cơn xúc động chàng chợt nghe tiếng:

- Này, thiếp chết chứ có mất luôn đâu mà gào thét vậy!

Di Cố bàng hoàng ngẩng lên, mừng rỡ. Trước mặt chàng là con người bằng xương bằng thịt: Tiên Dung. Nàng cúi xuống hôn lên mặt đầm đìa nước mắt của chàng. Môi nàng lướt đến đâu, mát lạnh và sảng khoái đến đó. Trong phút chốc thần trí của Di Cố như thoát tục, chàng chỉ còn biết hành động theo bản năng, đưa tay ôm ghì nàng xuống. Lúc đó, Di Cố mới nhận ra là mình đang ở trên thuyền và hình như đang trôi chầm chậm theo dòng…

- Nàng nói là đã chết, nhưng sao lại thế này?

Tiên Dung đưa tay vặn tắt ngọn đèn dầu duy nhất, rồi kéo đầu Di Cố xuống như không cho chàng hỏi han gì thêm, chiếc thuyền lắc lư mạnh, có lúc như sắp lật ngang. Nhưng Di Cố như quên hết mọi sự việc trên đời. Cả nàng Tiên Dung cũng thế… Họ mê đắm trong cuộc trăng gió bất tận.

Trời sáng dần… chợt có tiếng ai đó quát to:

- Thuyền có ai trong đó không, sao lại để trôi bồng bềnh thế này, không khéo trôi ra sông cái, chìm bây giờ!

Di Cố choàng tỉnh, chàng gọi liền:

- Tiên Dung!

Quờ tay sang bên cạnh thì chẳng đụng ai, nhìn suốt khoang thuyền cũng chẳng có bóng người nào. Tiên Dung? Ngọc Dung?

Chàng nhớ lại từ đầu câu chuyện. Đầu tiên, Ngọc Dung dẫn chàng xuống thuyền, sau đó thì cuộc mây mưa với Tiên Dung… Nhìn lại bàn thờ thì bài vị còn đó, còn cả cây nhang đang cháy dở… Như vậy là chuyện có thật. Còn Tiên Dung… phải chăng chỉ là một giấc mơ?

Bỗng Di Cố nhìn xuống thân thể mình, chàng giật mình khi thấy toàn thân không còn mảnh vải, mà bên cạnh chàng trên chiếc gối thêu còn vương lại những sợi tóc dài và mùi thơm đàn bà. Ngoài ra còn một chiếc hài thêu của ai đó như vô tình bỏ rơi lại.

Cầm chiếc hài thêu trên tay, Di Cố nhớ lại và kêu khẽ:

- Đúng là của Tiên Dung! Nàng vừa ở đây…

Di Cố gượng dậy, cố tìm quần áo mặc vào, nhưng bỗng ngã lăn ra thiếp đi…

Người ta đã giúp kéo được chiếc thuyền vào bờ. Di Cố được cứu tỉnh lại. Một ông lão đứng nhìn chàng hồi lâu rồi khẽ lắc đầu, chép miệng:

- May cho chú em. Rõ ràng chú vừa qua một cơn đại nạn có

thể chết người bởi đã ân ái với người cõi âm.

Rồi ông kể lại cho mọi người cùng nghe:

- Có một cô gái tên là Tiên Dung, cách đây vài tháng tới bến sông này và ngụ trên chiếc ghe mà chú em đang bị nạn. Ban đầu tôi tưởng là người bình thường nên thường lui tới mời lên nhà chơi với con gái tôi. Nhưng sau mấy hôm thì tôi biết cô ấy là hồn ma nên cấm con gái Ngọc Dung của tôi không được giao du. Nào ngờ đó là tai họa, chỉ ba ngày sau, Ngọc Dung đã bị té sông chết tức tưởi. Người ta nói là do hồn ma Tiên Dung bắt đi theo nó…

Câu chuyện tưởng như một giấc mơ đó lại là một sự thật. Nhiều người kể rằng cách đó hai năm, cũng vào đêm hội thả đèn, một cô gái đi từ xa tới đã bị trượt chân xuống lòng sông rồi chết. Từ đó, cứ vào những đêm trăng thì hồn ma hiện lên như một con người. Cô ta thường tìm theo những chàng trai đa tình…

Nghe kể mà Di Cố lạnh cả người.

THƯỢNG HỒNG

Ca dao

Người đời ngay thật là khôn,
Gian tham biển lận sao còn được hay?
Mưu thâm chất nặng chứa đầy,
Nhà đều ăn cả, tôi ngay một mình.
Người mà làm việc chẳng minh,
Càng tham lam lam, đắm mình ăn chơi.
Càng gian càng giảo ở đời,
Lại càng khốn đốn nạn rơi xuống đầu.
Dù cho giàu có đến đâu,
Cũng như nước chảy qua cầu mà tan.
Hùa theo những thói gian tham,
Tráo trơ thật giả tìm đàng dối nhau.
Của phi nghĩa có giàu đâu?
Ở cho ngay thật, ngày sau mới bền.

HOÀNG XUÂN SƠN
C Ầ M. T I Ế N G K H Ẽ

Rồi tôi cũng dang xa khỏi đời em
Một gang tấc
Một nghìn trùng
Có bài hát bi thương về nỗi nghìn trùng
Em không đi xa em vẫn đấy
Mà biển đời sưng tấy
Những lọn sóng như ngọn roi trường thành
Quất tái tê từng bờ đá
Tai đã bưng hết
Môi mắt tình rướm máu
Sớm muộn gì tôi sẽ khuất duy
Trên đường lớn không thấy bóng
Lối mòn âm gai
Có vết xước tình đầu
Kỳ lạ chúng ta vẫn nhìn về một hướng
Định nghĩa nhân quần từng thước đo từng giác độ
Vậy mà góc cạnh yêu thương lại cớm bụi hồng
Và nhâm nhi từng lỗ hổng trần gian
Làm như những cơn sốt của em
Và sự nhu nhược tôi
Đã chen chân những diễn từ ly gián
Viễn phương là tuồng đau nóng lạnh
Cho tôi được cầm tay em một lần
Thật nhẹ
Như đóm vàng chiều hắt hiu
Rồi khe khẽ
Đặt xuống
)(
h o à n g x u â n s ơ n
12 Aout. 202407:36

HOÀNG XUÂN SƠN

ĐÁNG TIẾC

[regrets, i had a feel; but then again too few to mention! - My Way, Paul Anka]

Có những người bạn, tuy chưa là thân thiết, đã có những dợn sóng cùng uốn lượn trên vùng rối tóc. Tưởng như rẽ cùng đường ngôi. Có những người bạn bất chợt lóe sáng một tia nắng cuối ngày, đan chéo vào những cánh rừng bát nháo, nổi cộm một vài hạt sương trong đêm trường mù mắt. Rồi tự nguyện đi vào bóng đêm. Có những lòng tay chợt ấm hơi người.Rồi trở về nguội lạnh trong hời hợt! Và điều gì đã khiến những cây trái lừng lững mùa màng tự nguyện làm thân tép nhỏ trong lòng quả độc, một nốt nhạc mù rơi rớt từ phường bát âm. Và điều gì sau cùng những lá chắn cũng phải buộc lòng được dựng lên để gìn giữ cuộc an nguy nhân tình thế thái!

thái độ, viết lại

[với Hải Phương, Lữ Quỳnh ở dốc Ngàn Xanh]

sao như bấc
lụn vào tim đèn
trời báo sẽ mưa
những giọt lưng mùa đông phố
,
căng thẳng như gió
[tưởng tượng
buổi chiều cong mây]
thử ốm đời cây. lưng, khỏng
buồn có khi
khòng cả chân ngày
,
hãy thồ thân ngựa. núi đồi
cuốc bộ với bụi hồng

và cả con đường độc đạo
dẫn tới ngàn lau
tôi bỏ dấu lên chữ một cách tài tình
như búa rìu dư luận
có ai bắt bẻ chữ [ă] phải cong vành môi
dấu ^ xuôi bể huyết hận
vậy rồi mặt trăng vẫn cứ sụt sùi
hạn kỳ tới phiên này em
là nguyệt
tồn miên đáo nhậm
nơi người kỹ nữ treo chùm pháo hồng băng khuê
hề chi con đường xanh
lầu vẫn xanh
tôi mần thơ quết chả
những đòn bánh miệt mài huân chương
u nần xung hận ngày tháng
đến khi con hẻm
lừ đừ tuột dốc
,
nơi khía cạnh cuộc tương tàn
người vẫn tuân thủ đường lối cọng râu khô hàm hồ
vẫn khóa chốt khe lèn cum đầu kẻ ngụy bi
thừa tự
lời than khóc pháo lũy
rưng rức tận đáy mồ
có khi lanh canh tiếng rao hàng buổi sáng
cồng báo tập trung lao sinh
cây nứa ngã nhào

sớm muộn gì cũng gánh vác hà đồ
tan vào cái nắng vi lô
,
lời hứa một bạn văn
những cuộc gặp gỡ rần rần
chun vào quạnh vắng lẩn phẩn vô nghĩa
hôm kẻ lạ hỏi tại sao ngươi buồn
vì tôi cũng chỉ là người lạ mặt
trong cuộc tồn sinh này
khu xóm mùa xuân
nơi khoảnh rừng li ti của những con bọ
choáng ngợp hàng dương bình minh
tôi ở đâu. làm gì.
trong những cú bật phản hồi mỗi nhát sống
,
đến khi ao bèo cạn nước
cái gì có thể nuông chiều được lý lẽ môi son
cái gì xơ cứng phía hạt giẻ
niềm kiêu hãnh của chức tước lợn rừng
)(

h o à n g x u â n s ơ n
2012 – 2021
[tặng các thứ, đồ đoàng lấp lửng]

TRẦN VĂN TÍCH
Cửa ải Quỉ

Năm thứ sáu niên hiệu Nguyên đỉnh đời Hán Vũ Đế tức năm 111 tr. CN, nhà Hán thành lập mười huyện cho quận Giao chỉ trên lãnh thổ đất đai cha truyền con nối của các vị Lạc hầu Lạc tướng. Trước đó, Tần Thủy Hoàng sau khi tóm thâu lục quốc vào năm 221 tr. CN liền tiến quân bình định vùng cực nam, đặt ra các quận Nam hải, Quế lâm và Quận tượng, theo chủ trương tiếp tục hành động thống nhất toàn quốc. Trong hơn mười thế kỷ Bắc thuộc, ranh giới của các đơn vị hành chánh đã nhiều lần thay đổi, xáo trộn, lúc thì thu hẹp, lúc lại mở rộng. Nhưng thư tịch cổ ghi chép thường không đầy đủ về những biến thiên cương vực này nên một kỳ quan, một thắng cảnh nào đó ở vào khu vực cụ thể nào hiện nay thì kiến giải của người đời sau, của người đời nay, của người Việt nam, của người Trung hoa có điểm khác nhau nhiều khi khá lớn và tồn tại trong một thời kỳ có thể rất dài; thậm chí cho đến nay vẫn chưa có ý kiến thống nhất và kết luận minh bạch. Hơn nữa ở Việt nam mãi tận bây giờ vẫn chưa có một công trình nghiên cứu nào chứng minh và khẳng định các chi tiết liên quan đến một số di tích lịch sử hay công trình văn hoá, đặc biệt là khi chúng nằm ở vùng biên giới, thuộc lãnh thổ lưỡng Quảng của Trung quốc ngày nay. Quỉ môn quan thuộc vào trường hợp này.

Quỉ môn quan qua thi ca

Một trong những bài thơ sứ trình sớm nhất còn lưu truyền lại và nhắc đến Quỉ môn quan được viết vào thế kỷ thứ XIV. Đời Trần, năm Giáp dần 1314, Nguyễn Trung Ngạn và Phạm (Tông) Mại đi sứ. Nguyễn Trung Ngạn viết Bắc hành tạp lục. Dẫu tham gia hoạt động ngoại giao trong một hoàn cảnh ôn hoà, trong một không khí thanh bình, trong một mối giao thiệp thuận lợi nhưng khi về, qua Quỉ môn quan, nhà thơ cũng bảo là tuy thân mình còn sống nhưng cũng đã hai lần vào cửa Quỉ. Qua thi phẩm, tác giả vừa có ý chơi chữ, vừa có ý trình bày nỗi vất vả nguy hiểm có thật trong chuyến sứ trình. Vì chỉ riêng chuyện đường đi nước bước đã đáng cho trời sầu đất thảm :

Quá lai sơn lộ Cù phi hiểm,
Thuyết tận khách hoài thiên diệc sầu.
(Vĩnh châu Quang liên dịch)
(Đường núi đã đi qua hiểm ác hơn Cù đường,
Nói hết nỗi niềm của khách thì trời cũng phải sầu)
(Trạm Vĩnh châu Quang liên)

Ngô Thì Nhậm nhiều lần đi sứ Thanh. Năm Kỷ dậu 1789, sau chiến thắng Đống đa, nhà nho làng Tả thanh oai ba lần vượt biên giới sang đàm phán với Thang Hùng Nghiệp và Phúc Khang An ở vùng lưỡng Quảng nhằm thương thuyết việc đưa vua Quang Trung giả qua chúc mừng thượng thọ vua Càn Long. Năm 1793, Ông lại đi sứ lần nữa để báo tang Quang Trung mất. Những dịp đi sứ này là động cơ sáng tác Bang giao hảo thoại và Hoàng hoa đồ phả; trong đó có bài Lạng sơn đạo trung (Trên đường Lạng sơn) nhắc đến Quỉ môn quan :

Thần kiếm thượng lưu Minh tướng thạch,
Quỉ môn không toả Hán từ yên.
(Gươm thần lưu vết trên hòn đá giống tướng Minh,
Cửa Quỉ còn khoá chặt khói hương đền Hán)

Tướng Minh nói ở đây là Liễu Thăng và đền Hán chỉ đền thờ Mã Viện.

Năm Canh tuất 1790 Quang Trung phái sứ bộ sang Thanh cầu phong và được phong là An nam quốc vương. Phái bộ đông đảo gồm Ngô Văn Sở, Vũ Huy Tấn, Phan Huy Ích, Đoàn Nguyễn Tuấn. Thơ đi sứ của Đoàn Nguyễn Tuấn, chép trong Hải Ông thi tập, có bài hành đề cập đến cửa Quỉ :

An nam ác quật hiệu Quỉ môn,
Thập xuất nhất hoàn tằng hữu truyền.
(Lạng sơn ác hành)

Vận dụng thể tài ca hành để ký thác tâm tư tình cảm qua mô phỏng ý tứ bài Thục đạo nan của Lý Bạch, Đoàn Nguyễn Tuấn – anh vợ Nguyễn Du – trực tiếp nhắc đến câu nói quen

thuộc và nổi tiếng gắn liền với Quỉ môn quan :
Cửa Quỉ là đỉnh cao hiểm ác của An nam,
Vẫn truyền là mười người đi chỉ có một người về.
(Bài hành về xứ Lạng sơn ác nghiệt)

Đến lượt mình, vào những dịp tiếp sứ rồi đi sứ năm Canh ngọ 1813, Nguyễn Du viết hai bài thơ lấy đối tượng là Quỉ môn quan trong Thanh Hiên thi tập và Bắc hành tạp lục : Quỉ môn đạo trung (Trên đường sang cửa Quỉ) và Quỉ môn quan (Cửa ải Quỉ). Bài thứ nhất mở đầu bằng hai câu :

Quỉ môn thạch kính xuất vân côn,
Chinh khách nam qui dục đoạn hồn.
(Đường khe đá ở Quỉ môn từ chân mây ra,
Lữ khách về Nam hồn buồn tê tái)

Bài thứ hai là một trong những thi phẩm rất hiếm hoi riêng vịnh về Quỉ môn quan, bởi thế tôi xin trích dẫn nguyên văn toàn bài :

Quỉ môn quan
Liên phong cao sáp nhập thanh vân,
Nam bắc quan đầu tựu thử phân.
Như thử hữu danh sinh tử địa,
Khả liên vô số khứ lai nhân.
Tắc đồ từng mãng tàng xà hổ,
Bố dã yên lam tụ quỉ thần.
Chung cổ hàn phong xuy bạch cốt,
Kỳ công hà thủ Hán tương quân.

Cửa ải Quỉ
Núi liên tiếp cao vút tận mây xanh,
Nam bắc chia ranh giới vốn ở chỗ này.
Chốn này có tiếng là đất sống chết,
Thương thay bao người từng đi về.
Đường nghẽn vì lùm bụi giấu che rắn cọp,
Hơi độc đầy đồng nhóm họp quỉ thần.
Từ xưa gió lạnh thổi xương trắng,
Kỳ công của tướng Hán đáng khen không?

Về tác giả Trung hoa nhắc đến Quỉ môn quan qua thi ca, có thể kể Lý Đức Dụ đời Đường và Hoàng Đình Kiên đời Tống.

Trong bài Biếm Nhai xuyên (Đổi đi Nhai xuyên), Lý Đức Dụ than thở :
Nhai xuyên tại hà xứ,
Sinh độ Quỉ môn quan.
(Nhai xuyên ở xứ nào,
Sống qua ngày nơi cửa ải Quỉ)
Khi điền từ theo điệu Trúc chi từ, bài thứ nhất,Hoàng Đình Kiên ghi nhận :
Quỉ môn quan ngoại mạc ngôn viễn,
Ngũ thập tam dịch thị Hoàng châu.
(Cửa Quỉ ngoài biên giới chẳng nói xa,
Năm mươi ba trạm nơi Hoàng châu)

Quỉ môn quan qua tài liệu tham khảo

Thư tịch qua các thời ở Việt nam và Trung hoa xác định vị trí Quỉ môn quan với nhiều mâu thuẫn.

Trước hết, chúng ta hãy đọc lại Lê Quí Đôn. Trong Vân đài loại ngữ, chương Khu vũ loại bàn về địa lý học lịch sử, nhà danh sĩ đất Diên hà viết : "Sách Hoàn vũ ký chép : "Quỉ môn quan thuộc phía nam huyện Bắc lưu, cách huyện ba mươi dặm, có hai tảng đá đối nhau. Đời Hán, Mã Viện đi đánh Lâm ấp có lập bia tại đó." Lại chép : "Đời Tấn, ai sang Giao chỉ đều phải qua Quỉ môn quan, phía nam cửa quan ấy nhiều chướng lệ." Ngạn ngữ có câu : "Quỉ môn quan, thập nhân khứ, cửu bất hoàn". Nay xét huyện Bắc lưu ở gần châu Tân an, nay là Tiên yên, tỉnh Quảng yên nước ta. Quỉ môn quan nói đây có lẽ ở đó. Tục truyền cho là Quỉ môn quan ở làng Quang lang, thuộc Ôn châu, tỉnh Lạng sơn, là sai."(1) Như vậy, Lê Quí Đôn đã căn cứ vào tài liệu Trung hoa để viết về Quỉ môn quan. Hoàn vũ ký chính tên là Thái bình hoàn vũ ký của Nhạc Sử đời Bắc Tống, gồm hai trăm quyển, trong số có quyển chép riêng về địa lý nước ta ở hai đời Đường-Tống. Ngoài ra, trong Kiến văn tiểu lục, chương Thiên chương chuyên bàn về các trào lưu thơ văn, Lê Quí Đôn chép lại nguyên văn bài văn tế Mã Viện do sứ Thanh là Minh Đồ làm năm Quí hợi 1683 niên hiệu Chính hoà khi qua Quỉ môn quan.(2) Nhiều tác phẩm khác trong kho thư tịch chữ khối vuông để cập đến

Quỉ môn quan. Chẳng hạn :

- Thái bình ngự lãm : "Thập đạo chí viết : Quỉ môn quan tại Bắc lưu huyện, nam tam thập lý lưỡng thạch tương đối (...) khoát tam thập dư bộ (...) Viết Quỉ môn quan thập nhân khứ cửu nhân hoàn."(3) (Sách Thập đạo chí chép : Quỉ môn quan ở tại huyện Bắc lưu, cách ba mươi dặm về phía nam, có hai khối đá đứng đối nhau, với khoảng cách rộng trên ba mươi bộ (...). Có câu : cửa ải Quỉ, mười người đi, chín người về.)

- Tân Đường thư. "Lĩnh nam đạo, Bắc lưu : Bắc tam thập lý hữu Quỉ môn quan, lưỡng thạch tương đối, trung khoát tam thập bộ."(4)(Đạo Lĩnh nam, Bắc lưu. Ba mươi dặm phía bắc có cửa ải Quỉ, hai khối đá đứng đối nhau, ở giữa rộng ba mươi bộ).

- Trung quốc cổ kim địa danh đại từ điển : "Đường thư địa lý chí. Dung châu Bắc lưu huyện nam hữu lưỡng thạch tương đối, thiên trích khứ thử giả hãn đắc sinh hoàn, tục hiệu Quỉ môn quan. Án Bắc lưu huyện tại kim Quảng tây."(5)(Sách Đường thư địa lý chí chép : phía nam huyện Bắc lưu ở châu Dung có hai khối đá đứng đối nhau, những kẻ bị đầy đến chốn này ít người sống sót mà trở về, do đó tục gọi là Quỉ môn quan. Xét huyện Bắc lưu thuộc Quảng tây ngày nay.)

Các công cụ tham khảo bách khoa hiện đại chữ hán cũng ghi nhận Quỉ môn quan, ví dụ:

- Trung văn đại từ điển : "Thư ngôn cố sự. Truất trách loại. Giao chỉ hữu Quỉ môn quan, kỳ nam đa chướng lệ, khứ giả hãn đắc sinh hoàn; ngạn viết : Quỉ môn quan, thập nhân khứ, cửu bất hoàn." (Sách Thư ngôn cố sự, chương Truất trách loại chép : Giao chỉ có Quỉ môn quan, phía nam ải đó sốt rét nhiều, ai đi qua ít người sống trở về; ngạn ngữ có câu : Cửa ải Quỉ, mười người đi, chín không về).(6)

- Hán ngữ đại từ điển : "Quỉ môn quan : cổ quan danh, tại kim Quảng tây Bắc lưu, Ngọc lâm chi gian, kỳ địa hữu lưỡng sơn đối trĩ, hình đồng quan ải, thậm hiểm ác, trung gian thông đạo, vi cổ đại thông vãng Khâm, Liêm, Lôi, Quỳnh cập Giao chỉ đích yếu xung." (Quỉ môn quan : tên cửa ải cũ, ở giữa Bắc lưu và Ngọc lâm tại Quảng tây ngày nay, đất này có hai ngọn núi đứng đối nhau, giống như cửa ải, rất hiểm hóc, là đường thông nhau, xưa kia là điểm thông thương quan trọng giữa các châu Khâm, Liêm, Lôi, Quỳnh với Giao chỉ.)(7)

- Từ nguyên : "Quỉ môn quan : cổ quan danh, tại Quảng tây Bắc lưu huyện tây, cổ đại vi thông vãng Khâm, Liêm, Lôi, Quỳnh cập Giao chỉ thông đạo, hữu lưỡng thạch đối trĩ, kỳ gian khoát tam thập bộ, tục hiệu Quỉ môn quan." (Quỉ môn quan : tên cửa ải cũ, ở phía tây huyện Bắc lưu, Quảng tây; thời xưa là đường thông thương giữa các châu Khâm, Liêm, Lôi, Quỳnh với Giao chỉ, có hai tảng đá đứng đối nhau, cách khoảng ba mươi bộ, tục gọi là cửa ải Quỉ.)

- Từ hải : "Quỉ môn quan : cổ quan danh, tại kim Quảng tây Bắc lưu huyện tây, giới vu Bắc lưu Ngọc lâm lưỡng huyện gian, song phong đối trĩ, trung thành quan môn, cổ đại vi thông vãng Khâm, Liêm, Lôi, Quỳnh hoà Giao chỉ đích giao thông trọng yếu; nhân "Kỳ nam vưu đa chướng lệ, khứ giả hãn đắc sinh hoàn" (Thái bình hoàn vũ ký), cố danh. (...). Dư địa kỷ thắng : tác Quế môn quan, Minh Tuyên Đức trung cải danh Thiên môn quan. Cựu thì diệc thường vị đạo lộ tịch viễn hiểm trở chi địa vi "Quỉ môn quan". [Quỉ môn quan là tên gọi cửa ải cũ, ở phía tây huyện Bắc lưu (tỉnh) Quảng tây ngày nay, chia ranh giới giữa hai huyện Bắc lưu và Ngọc lâm; hai đỉnh núi đứng sừng sững, ở giữa thành cửa ải, ngày trước là đường thông thương quan trọng giữa (các châu) Khâm, Liêm, Lôi, Quỳnh với Giao chỉ; vì cớ miền nam cửa ải này có nhiều sốt rét, ai đi qua ít người sống trở về (theo sách Thái bình hoàn vũ ký) nên thành tên. (Theo sách) Dư địa kỷ thắng thì gọi là Quế môn quan, đời Minh Tuyên Đức (1426-1435, TVT) đổi tên thành Thiên môn quan. Đời xưa thường gọi những đường đi ở vùng xa xôi hiểm trở là Quỉ môn quan].

Về huyện lỵ ở gần huyện Bắc lưu, có tài liệu tra cứu ghi tên là huyện Ngọc lâm, nhưng cũng có tài liệu lại ghi tên là huyện Uất lâm, như bản đồ đính kèm bài viết này chỉ rõ.

Chắc căn cứ vào các công cụ tra cứu Trung văn nên Trần Trọng San trong Hán Việt tự điển, mục từ quỷ, chú rằng : "Quỷ-Môn quan : a. tên cửa ải đời xưa, ở tỉnh Quảng-Tây. b. ví với chỗ gian nan, nguy hiểm."

Trong thư tịch Trung văn, khi khái niệm quỉ môn quan

được sử dụng theo lối phiếm chỉ (thay vì nhằm gọi một cấu trúc địa lý) thì nó mang nội hàm ngữ nghĩa là một lãnh địa hung hiểm, là một lằn ranh giữa dương thế và âm phủ, là cửa ngõ bước từ cõi sống vào đất chết. Đó là trường hợp quỉ môn quan được vận dụng trong các sáng tác truyền kỳ ma quái, thần tiên phật thánh. Đó là trường hợp quỉ môn quan xuất hiện trong những vở tạp kịch Khốc hàn đình của Dương Hiển Chi, Trúc diệp châu của Phạm Khang đời Nguyên. Đó cũng là trường hợp Tây du ký. Trong bộ trường thiên tiểu thuyết thần ma đời Minh này, nơi hồi thứ mười một, khi linh hồn Đường Thái Tông thác xuống âm ty, thì "hốt kiến nhất tọa thành, thành môn thượng quải trước nhất diện đại bài, thượng tả trước "U minh địa phủ quỉ môn quan", thất cá đại kim tự. (bỗng thấy một tòa thành, trên cửa thành có treo một tấm bảng lớn, trên bảng viết bảy chữ lớn "U minh địa phủ quỉ môn quan" bằng vàng).(8) Đoạn văn này được chuyển sang Anh, Pháp ngữ như sau :

• He suddenly saw a huge city, and on a large plaque above the city gate was the inscription in gold letters, "The Region of Darkness, The Gate of Spirits."(9)

• Il apercut, pendue au seuil de la ville, une tablette sur laquelle étaient gravés ces caractères, en traits d'or : Frontière des Ténèbres, Porte des Ames et des Esprits Inférieurs."(10)

Như vậy, về phương diện địa lý học, các tài liệu Trung văn trình bày về Quỉ môn quan có điểm giống nhau nhưng cũng có điểm khác nhau. Về vị trí, Quỉ môn quan được ghi nhận là ở huyện Bắc lưu, tỉnh Quảng tây ngày nay, nghĩa là trên đất Trung quốc. Ở phía nam cửa ải này khí hậu, môi trường khác hẳn với đất bắc, đặc biệt là nhiều chướng lệ, hiểu theo nghĩa thông thường là bệnh sốt rét phổ biến. Lê Quí Đôn cũng gián tiếp thừa nhận là Quỉ môn quan nằm tại bên kia biên giới khi chỉ ra rằng huyện Bắc lưu ở gần châu Tân an. Tác giả Vân đài loại ngữ chỉ bảo "gần châu Tân an" chứ không nói "tại châu Tân an". "Gần" nhưng vẫn có thể ở bên ngoài cương vực tổ quốc. Ngoài ra, nhà bác học còn khẳng định rằng tục truyền cho Quỉ môn quan ở Lạng sơn là sai lầm. Đối với câu ngạn ngữ nhằm mô tả tính cách nguy hiểm của Quỉ môn quan thì các sách ghi không thống nhất. Trong khi Lê

Quí Đôn và Trung văn đại từ điển đều cùng ghi : Quỉ môn quan, thập nhân khứ, cửu bất hoàn thì Thái bình ngự lãm lại ghi : Quỉ môn quan, thập nhân khứ, cửu nhân hoàn. Xét về nội dung hàm nghĩa của câu ngạn ngữ thì rõ ràng là Thái bình ngự lãm ghi sai.

Quỉ môn quan qua bình luận chú thích

Các tác giả Việt nam biên soạn những bộ Dư địa chí như Nguyễn Trãi, Nguyễn Văn Siêu không đan cử Quỉ môn quan trong các công trình của mình. Riêng Phan Huy Chú trong Lịch triều hiến chương loại chí, Dư địa chí, phần tỉnh Lạng sơn, phủ Trường khánh ghi nhận rằng ở châu Ôn tiếp giáp với trấn Kinh bắc có ải "Chi lăng (...) là địa đầu Lạng sơn; có đền thờ ở Quỉ môn quan (để thờ Mã Phục Ba nơi dưới dốc núi)."(11)

Đa số các tài liệu ấn loát bằng chữ quốc ngữ hiện đại trình bày vị trí Quỉ môn quan đều cho là ở Lạng sơn, nghĩa là Quỉ môn quan thuộc lãnh thổ Việt nam, tức là tán đồng quan điểm của Ngô Thì Nhậm trong bài Lạng sơn đạo trung cũng như của Đoàn Nguyễn Tuấn trong bài Lạng sơn ác hành đã được trích dẫn trên kia. Ngoài ra, phần chú thích các bài thơ chữ hán nhắc đến cửa ải liên hệ cũng đều chia sẻ lập trường này :

- Một số tác giả và tác phẩm trong Ngô gia văn phái do Trần Lê Văn và ctv biên soạn, Ty Văn hoá và Thông tin Hà Sơn Bình phát hành năm 1980, trang 31, cho rằng "trong ải Chi lăng (thường gọi là Quỉ môn quan) có cái đền thờ Mã Viện..."

- Thơ chữ hán Nguyễn Du do Lê Thước - Trương Chính sưu tầm, chú thích, phiên dịch, sắp xếp; Tố Như thi do Quách Tấn trích dịch; 192 bài thơ chữ hán của Nguyễn Du do Bùi Hạnh Cẩn biên dịch, chú thích; 249 bài thơ chữ hán Nguyễn Du do Duy Phi biên soạn, dịch thơ đều có phần chú thích bài Quỉ môn đạo trung và/hoặc bài Quỉ môn quan đại khái giống nhau : Quỉ môn quan là một cửa ải thuộc tỉnh Lạng sơn, ở phía nam xã Chi lăng, đường hẹp, núi dốc, gần khe suối, rừng u uất, hình thế hiểm trở, có núi như đầu quỉ, vì thế mà đặt tên Quỉ môn quan ; nơi quân ta thường chặn đánh các đạo quân xâm lược của phong kiến Trung quốc. Nhóm chữ khứ lai nhân thuộc câu thơ thứ tư là nhắc lại ý câu thơ cổ nói lên sự nguy hiểm đối với những đoàn quân Trung quốc. Câu thơ ấy như sau : Quỉ môn quan! Quỉ môn quan! Thập nhân khứ, nhất nhân hoàn. Như vậy, một câu ngạn ngữ theo các tác giả Trung hoa trở thành một "câu thơ cổ" (không ai biết thuộc bài thơ nào!) theo các nhà chú thích Việt nam. Hơn nữa, một bên ghi Quỉ môn quan, thập nhân khứ, cửu bất hoàn còn một bên ghi Quỉ môn quan! Quỉ môn quan! Thập nhân khứ, nhất nhân hoàn.

Phạm Lê Hoàn – Lê Tấn đồng tác giả Việt nam – cảnh đẹp và di tích, Nhà Xuất bản TP HCM, 1989, trang 193-194 viết : "Ải Chi lăng có hai cửa. Cửa phía bắc gọi là Quỷ môn quan, và cửa Ngõ thề ở phía nam. Gọi Quỷ môn quan tức cửa ải con quỷ, vì bọn xâm lược kéo quân từ biên giới sang, vừa đến cửa ải Chi lăng không nén được lo sợ khi ngước nhìn những ngọn núi hình thù kỳ dị. Có một bài thơ nói về cái dữ dội của cửa ải này, tương truyền là của một vị tướng của Lê Lợi làm sau trận phục kích đánh tan đạo binh tiếp viện của Liễu Thăng : Quỷ môn quan! Quỷ môn quan! Thập nhân khứ, Nhất nhân hoàn."Lê Quí Đôn từng cho biết là sách Thái bình hoàn vũ ký đã ghi câu ngạn ngữ Quỉ môn quan, thập nhân khứ, cửu bất hoàn mà sách này thì do Nhạc Sở người đời Tống soạn. Lê Lợi khởi binh là nhằm chống nhà Minh. Nhà Minh vốn sau nhà Tống. Như vậy, câu chuyện tương truyền là bài thơ được nhắc đến vốn do một vị tướng của Lê Lợi sáng tác chung qui cũng chỉ là một câu chuyện mang tính tương truyền (và tuyên truyền).

Có điều đáng chú ý là tác phẩm biên khảo công phu và đáng tin Đất nước Việt nam qua các đời của Đào Duy Anh (Nhà Xuất bản Đông Nam Á Paris in lại năm 1984 theo bản của Nhà Xuất bản Khoa học, Hà nội năm 1965) tuy có kể tên những cửa ải quen thuộc như Nam quan, Chi lăng cùng những cửa ải ít được nói đến như Canh liệm, Canh nham, Câu nan, Đa nhân, Đốn ly, Khâu cự, Khiếu nhạc, Thông khoáng; nhưng tuyệt nhiên không hề nhắc đến Quỉ môn quan, cả trong phần chính văn lẫn tại mục "Bảng sách dẫn tên địa lý ". Và từ đầu đến cuối sách này cũng không hề có tên huyện Bắc lưu. Vả chăng, như đã trình bày trên kia, chư vị tiền bối Nguyễn Trãi, Nguyễn Văn Siêu cũng chẳng hề đề cập đến Quỉ môn quan trong các công trình biên khảo địa lý học chữ hán của quí vị.

Quỉ môn quan có lẽ nằm trên đất Trung hoa

Như vậy, vấn đề vị trí địa lý cụ thể của Quỉ môn quan dường như cho đến nay vẫn chưa có lời giải đáp thoả đáng. Chúng ta không biết chắc chắn cái ải Quỉ đó nằm ở đâu : nơi tỉnh Quảng tây của Trung hoa hay tại tỉnh Lạng sơn của Việt nam? Và trong quá khứ, khi những Nguyễn Trung Ngạn, Lê Quí Đôn, Ngô Thì Nhậm, Nguyễn Du, Đoàn Nguyễn Tuấn v.v..đi sứ mà qua Quỉ môn quan thì sắp rời hay vừa mới rời khỏi lãnh thổ tổ quốc hoặc đã sang đến đất nước ngoại bang từ khá lâu hay từ lâu lắm rồi (với tốc độ di chuyển vào thời đại chư vị).

Tôi thiên về ý kiến cho rằng Quỉ môn quan nằm trên đất Trung hoa. Câu ngạn ngữ Thập nhân khứ, cửu nhân hoàn (là một câu chữ hán!) nếu áp dụng vào người dân Trung quốc nhằm mô tả tâm lý họ khi vượt biên giới đi vào một vùng đất hiểm trở nơi xứ người đầy lam sơn chướng khí, thì nghe mới thuận lý. Cũng mang cùng tâm trạng đó nên Lý Đức Dụ đời Đường mới nhắc đến Quỉ môn quan khi bị biếm trích lưu đày đến vùng đất tận cùng đất nước. Cửa ải Quỉ, đối với người Trung hoa, là địa đầu tổ quốc, vượt qua nó là đi sang nước khác với phong tục khác, ngôn ngữ khác và nhất là với môi trường khí hậu khác. Không những chỉ nhiều chướng lệ mà còn lắm chướng phong, miền đất phía nam Quỉ môn quan là miền có một bầu khí quyển nhiễm độc đến nỗi diều hâu đang bay trên trời bỗng dưng lăn đùng ra chết và rơi thẳng xuống đất, như Phạm Việp tường thuật trong Hậu Hán thư, phần Mã Viện truyện, rồi được Trịnh Hoài Đức nhắc nhở trong thi ca sứ trình :

Ký ngữ chướng phong kim tự tích,
Phi diên thiếp thiếp trụy hồng ba.
(Sứ bộ xuất Nam quan hồi quốc khẩu chiếm)
(Gửi lời nhắn rằng gió độc nay vẫn như xưa,
Diều bay từng con rơi xuống làn sóng lớn)
(Ứng khẩu khi sứ bộ vượt Nam quan về nước)

Chúng ta cũng không nên quên các thông tin địa lý học lịch sử do Lê Quí Đôn cung cấp, không những chỉ vì quan Bảng là người đọc nhiều mà hơn nữa, còn vì chính Quế Đường tiên sinh cũng từng đi sứ, nghĩa là từng đi qua nếu không thì ít nhất cũng đi rất gần ải Quỉ. Mà theo vị thạc nho thì Quỉ môn quan ở huyện Bắc lưu – là tên một huyện của Trung quốc – và ngay ở đó hay ngay sát đó có đền thờ Mã Viện, được sứ Thanh là Minh Đồ đến chiêm bái và đọc văn tế.(12)

Hơn nữa, chúng ta cũng nên tự hỏi tại sao đối với thành quả trí tuệ của Nguyễn Du, bài thơ Quỉ môn đạo trung lại thuộc Thanh Hiên thi tập trong khi bài thơ Quỉ môn quan lại thuộc Bắc hành tạp lục. Thanh Hiên thi tập qui tụ những bài thơ sáng tác khi thi hào lánh mình ở quê nhà và khi ra làm quan ở Bắc hà. Trong thời gian làm quan, có lần tác giả Truyện Kiều được cử đi nghênh tiếp sứ thần nhà Thanh sang phong sắc cho vua Gia Long. Nhân cơ hội này, Nguyễn Du lên xứ Lạng và có thể đã đi qua bên kia ranh giới nhưng vẫn chỉ quanh quẩn ở vùng cận biên. Cho nên mới có những bài La phù giang thủy các độc toạ, Sơ nguyệt và Ngẫu hứng II để cập đến sông La phù là một nhánh sông nhỏ bắt nguồn từ những thạch động trên núi La phù ở Quảng đông, chảy sang phía tây vào địa phận phía đông huyện Du, tỉnh Hồ nam, có giống cá đặc sản nổi tiếng là La phù ngư. Trên đường lên xứ Lạng rồi vượt biên giới như vậy, Nguyễn Du di chuyển về hướng Quỉ môn quan, nên mới đặt đầu để cho thi phẩm ký thác chuyện này là Quỉ môn đạo trung, nghĩa là trên đường đi đến ải Quỉ. Trong khi đó thì Bắc hành tạp lục gồm những bài thơ làm khi đi sứ Trung quốc, chủ yếu ngâm vịnh di tích lịch sử, thắng cảnh du lịch Trung hoa, nằm trên đất Trung hoa, trong số có Quỉ môn quan.

Tác giả ngoại quốc nghiên cứu về lịch sử đất nước chúng ta cũng có người chấp nhận quan điểm cho rằng Quỉ môn quan nằm trên lãnh thổ Trung quốc, chẳng hạn Charles Holcombe thuộc viện Đại học Bắc Iowa. Trong chuyên luận Early imperial China deep South : the Viet regions through Tang times (Miền cực nam đế quốc Trung hoa xưa : các vùng đất Việt qua đời Đường) đăng trên T'ang Studies, Đường học báo, số 15-16, 1997-1998, trang 151, tác giả viết : “Entrance to Jiaozhou by land was through the so-called “Devil's Gate Pass“ (guimen guan), in modern Guangxi near the Guangdong border, where a pair of opposing rocks formed a kind of natural gate." (Đường bộ vào Giao châu phải qua nơi gọi là cửa ải Quỉ (Quỉ môn quan), tại tỉnh Quảng tây ngày nay, gần biên giới Quảng đông, ở đó có hai tảng đá đứng đối nhau tạo thành một cửa ngõ tự nhiên).

Cũng nên nói thêm là cùng nhắc đến Quỉ môn quan nhưng những tài liệu chữ hán vốn thuộc loại tài liệu địa lý học lịch sử như Thái bình hoàn vũ ký, Tân Đường thư nên có tính khoa học đáng tin hơn tài liệu tiếng Việt, vốn chỉ là thi ca hoặc chú thích nên không đủ tính chính xác thuyết phục. Đó là chưa kể đến tình huống tuyên truyền vu vơ hàm hồ như cho rằng câu ngạn ngữ chữ hán Thập nhân khứ, nhất nhân hoàn tương truyền (sic) là do một viên tướng thuộc quyền Lê Lợi.

TRẦN VĂN TÍCH
05.10.06

(1) Lê Quí Đôn. Vân đài loại ngữ. Khu vũ loại. Bản dịch của Phạm Vũ, Lê Hiền. Nhà Xuất bản Miền Nam. Sài gòn. 1973. tr. 145.

(2) Lê Quí Đôn. Kiến văn tiểu lục. Trúc Viên Lê Mạnh Liêu dịch. Bộ Quốc gia Giáo dục xuất bản. Sài gòn. 1962. tr. 253.

(3) Thái bình ngự lãm (toàn tứ sách). Quyển Nhất, Thất nhị. An nam đô hộ phủ. Trung hoa thư cục ảnh ấn. Bắc kinh. 1960. tr. 841.

(4) Tân Đường thư. (Tống) Âu Dương Tu, Tống Kỳ soạn. Đệ tứ sách. Quyển tứ thập tam, thượng. Chí. Đệ tam thập tam, thượng. Địa lý thất, thượng. Trung hoa thư cục . Bắc kinh. 1975. tr. 1109.

(5) Trung quốc cổ kim địa danh đại từ điển. Tang Lệ Hoà chủ biên. Thương vụ ấn thư quán. Đài loan. Đài bắc. Trung hoa dân quốc nhị thập niên. tr. 781.

(6) Trung văn đại từ điển. Chủ nhiệm ủy viên Trương Kỳ Vân. Trung quốc văn hoá nghiên cứu sở. Tam dân thư cục cổ phần hữu hạn công ty. Đài loan. Đài bắc. Trung hoa dân quốc ngũ thập nhị niên. Đệ tam thập bát quyển. tr. 16607. mục từ 46757. 57.

(7) Hán ngữ đại từ điển, La Trúc Phong chủ biên, Tam liên thư cục (Hương cảng) hữu hạn công ty, Hán ngữ đại từ điển xuất bản xã liên hợp xuất bản, Joint Publishing Co., Ltd., Hongkong, 1988, quyển 12, tr. 449.

(8) Trung quốc cổ điển tiểu thuyết danh trứ. Tây du ký. (Minh)

Ngô Thừa Ân trứ. Phương Hưng, Phương Thiết Qua, Phương Tráng Ca hiệu điểm. Triết giang Cổ tịch Xuất bản xã xuất bản. 1996. tr. 76. Có nhiều ấn bản Tây du ký chữ hán. Về tiếng Việt thì bản dịch thông dụng là bản của Phan Quân, ba quyển, in tại nhà in Việt Tân, Sàigòn, 1962, được Đại Nam in lại ở quốc ngoại. Bản này không đầy đủ. Chẳng hạn trong nguyên tác chữ hán, ở đầu mỗi hồi, sau hai câu thơ đầu đề, thỉnh thoảng có một hai bài thơ được trình bày trước phần chính văn. Bản dịch Phan Quân không có mục này. Hoặc như ở hồi thứ mười, hai nhân vật ông chài Trương Lão và ông tiều Lý Tịnh từng điền một số bài từ theo các điệu Điệp luyến hoa, Giá cô thiên, Thiên tiên tử, Tây giang nguyệt, Lâm giang tiên. Phần này cũng vắng mặt trong bản dịch Việt ngữ.

(9) The Journey to the West. Volume One. Translated and Edited by Anthony C.Yu. The University of Chicago Press. Chicago and London. 1977. p. 239.

(10) Si Yeou Ki ou Le Voyage en Occident. Traduit du Chinois par Louis Avenol. Editions du Seuil. Paris. 1957. p. 102.

(11) Phan Huy Chú. Lịch triều hiến chương loại chí. Dư địa chí. Bản ảnh ấn, phần chữ hán. Phủ Quốc vụ khanh đặc trách văn hoá phát hành. Sài gòn. 1972. tr. 261. Nguyên văn : “Chi lăng (...) vi Lạng sơn giới thủ, hữu Quỉ môn quan từ, do tự Mã Phục Ba tại sơn hạ pha.“ Câu “Do tự Mã Phục Ba tại sơn hạ pha“ là một câu xem như chú thích, trình bày theo lối lưỡng cước (hai dòng chữ nhỏ dưới chân dòng chữ chính văn).

(12) Theo bản dịch Vân đài loại ngữ sang quốc ngữ thì “châu Tân an nay là Tiên yên, tỉnh Quảng yên“. Nếu bản dịch trung thực thì tôi ngờ Lê Quí Đôn đã có điều sai lầm. Xem Đất nước Việt nam qua các đời của Đào Duy Anh, thấy địa phương Tân an chỉ có ở miền nam nước ta. Tham khảo Thái bình hoàn vũ ký sách dẫn, mục Quỉ môn quan, tôi có cảm tưởng dường như Lê Quí Đôn đã ghi nhầm huyện Tân an thuộc phủ Hà nam của Trung hoa thành của Việt nam.

ĐỨC PHỔ
RƯỢU NỬA TRĂM NĂM

Rượu quý để dành mời bạn quý
xa đường. lòng chẳng quản đường xa.
thăm nhau tuổi xế. tình không xế
dẫu ánh bình minh đã nhạt nhòa.

rượu rót đấy vơi từng giọt rụng
rơi vào hồn những hạt sương đêm.
mai nhuộm mái sầu hoa râm điểm
sẽ vui đời nở đóa vô ưu.

rượu nửa trăm năm là cốt rượu
cất từ lâm lụy của lương dân.
ta nửa trăm năm mòn danh phận
giữa lưng đời bão lũ can qua.

rượu nửa trăm năm thành rượu quý
ta nửa trăm năm chẳng nên người.
gặp bạn hồn tươi như mới tưới
dẫu cây đời héo nửa trăm năm.

đã nửa trăm năm từ lưu lạc
cụng rượu chung sầu đã trăm phen.
đời thì vẫn mỗi ngày ngắn lại
mà chung sầu cứ mãi nhân lên…

ĐỨC PHỔ

QUYÊN DI

NHỮNG MÙA THU TRÔI QUA KHUÔN VIÊN ĐẠI HỌC

Những mùa thu trôi qua khuôn viên đại học
Hàng cây phong bên cầu lá đã đổi màu
Dưới tàn cây bao thế hệ sinh viên bước theo nhau
Khi những búp lá non hình như sắp mọc.

Những mùa thu trôi qua, người thầy tuổi đời chồng chất
Đã thấy lạnh khi trận gió tràn về
Nhặt từng chiếc lá thay màu, đếm những gì còn, mất
Một đôi khi cố ngăn dòng nước mắt tràn trề.

Những mùa thu người thầy tự hỏi tại sao muốn khóc
Khóc vì thương hay khóc những buồn vui
Không quản ngại gian lao, không ưu phiền, mệt nhọc
Vậy là khóc vì thương, vì thương đó thôi.

Những mùa thu đi qua, người thầy già đi nhiều lắm
Các môn sinh giờ đã nên người
Có nhiều hôm khuôn viên trường trống vắng
Người thầy bâng khuâng, môi chợt thoáng nụ cười.

Những mùa thu cuộc đời, người thầy thấy bước chân nằng nặng
Sắp đến cuối đường, lòng đôi chút vấn vương
Không còn gì, ngoài đôi bàn tay trắng
Nhưng trong trái tim tươi đỏ một chữ THƯƠNG.

QUYÊN DI

NGUYỄN KIẾN THIẾT

MỘT VÀI KỶ NIỆM VỀ ĐÔI UYÊN ƯƠNG TRẦN HOÀI THƯ & NGUYỄN NGỌC YẾN

Nhà văn, nhà thơ Trần Hoài Thư, tên thật Trần Quí Sách, sanh năm 1942 tại Đà Lạt, chủ trương nhà xuất bản Thư Ấn Quán và Tạp chí Thư Quán Bản Thảo đã qua đời lúc 6 giờ 35 phút, sáng ngày 27 Tháng Năm năm 2024 tại New Jersey, Hoa Kỳ, hưởng thọ 82 tuổi.

Trần Hoài Thư, một nhà văn đã đóng góp rất nhiều cho văn học Việt Nam Cộng Hòa – đặc biệt khôi phục lại di sản văn học miền Nam qua chủ trương nhà xuất bản *Thư Ấn Quán* và tạp chí *Thư Quán Bản Thảo*. Có người đã gọi anh là "Người Khâu Di Sản Văn Học Miền Nam" (Nguyễn Quang Chơn – báo *Người Việt*). Viết về văn-thi sĩ Trần Hoài Thư bao nhiêu cũng chưa đủ, chưa nói hết về những cống hiến to lớn của anh. Tuy nhiên trước sự ra đi vĩnh viễn của anh, và của chị, tôi muốn nhắc đến một vài kỷ niệm nhỏ về cặp vợ chồng thủy chung gắn bó nẩy.

Tôi "biết" anh Trần Hoài Thư lúc còn phụ trách tòa soạn tạp chí *Nghiên Cứu Văn Học (NCVH)*. Trong số hàng trăm bản thảo đánh máy và viết tay gởi về tòa soạn hằng tháng, tôi "cảm" được truyện ngắn "Sao Chổi" của anh nên đã chọn đăng trên *NCVH* số 9 tháng 11/1971. Từ đó tôi đã "quen" anh qua mục *Tin Thơ* của báo, rồi *Thư đi tin lại* vài lần, nhưng vẫn chưa "kiến kỳ hình". Thời bấy giờ người phụ trách tòa soạn tạp chí *NCVH* có toàn quyền tuyển chọn thơ văn của cộng tác viên mà không cần thông qua Linh mục Chủ nhiệm. Nhưng có cái "lệ" là không chi trả "nhuận bút" cho các tác giả có thơ văn đăng báo, ngoại trừ những cây bút đã thành danh. Chính cái lệ nẩy, so với các báo khác, "*NCVH là một tạp chí can đảm, nhiều thiện chí hơn sinh lực*". *NCVH* không có nguồn tài trợ nào, mọi khoản chi phí từ A tới Z đều do LM Thanh Lãng gồng mình gánh hết, cộng với công sức của đám môn sinh rất mực trung thành. Chính Nguyên Sa đã nhận xét về bảy tạp chí văn chương - trong đó có *Nghiên*

Cứu Văn Học "đã và còn ở trong tình trạng vất vả", có thể nói là "bẩy tờ báo định kỳ là bẩy nhân với một ngàn lần khốn khổ". Tác giả tập thơ "Những Năm Sáu Mươi" đã viết: "*Một vài tạp chí thì được trợ giúp bởi cơ quan ngoại viện, theo lời đồn của dư luận mà tôi thực tình không biết thực hư, còn tờ Nghiên Cứu Văn Học đè trên vai ông chủ nhiệm là Linh mục Thanh Lãng, chẳng biết ông còn gánh được bao lâu*" (*NCVH* số 6, tháng 8/1971, tr.3-4). Do vậy mà *NCVH* mất dần lực lượng cộng tác viên nòng cốt và độc giả trung thành – trong đó có Trần Hoài Thư. "Nghĩa tử là nghĩa tận", đã có vô số nhà văn, nhà báo, nhà nghiên cứu phê bình văn học khai thác khá đầy đủ - nếu không muốn nói quá tải - về tiểu sử, văn nghiệp của anh, nhưng **chưa** ai nói về truyện ngắn nầy cũng như **tạp chí *NCVH*** mà anh đã cộng tác.

Bẵng đi một dạo từ khi *NCVH* bị đình bản, chúng tôi đã mất liên lạc nhau. Nhờ một duyên may, lúc về giảng dạy tại Đại học Cần Thơ, tôi có dịp quen một nữ thơ ký hành chánh của Viện Đại học. Chị tên Nguyễn Ngọc Yến, dáng người dong dỏng cao, mặt trái xoan phúc hậu, lúc tiếp xúc với mọi người, nụ cười tươi thắm luôn nở trên môi. Vốn con nhà gia giáo, chị cư xử lễ độ với mọi người, với cấp trên và luôn hòa ái thân thiện với đồng nghiệp. Chị viết chữ rất đẹp. Tôi còn nhớ có lần điền tên tôi vào Công Vụ Lịnh của Viện Đại học cho những chuyến đi "điền dã" sưu tầm văn học dân gian Đồng bằng sông Cửu Long, "tay tiên" của chị thảo những nét như "phượng múa rồng bay". Về sau được biết chị Yến là người vợ hiền đầu ấp tay gối của anh Thư, tôi có nhờ chị tạo cơ hội để chúng tôi có dịp gặp nhau. Nhưng chúng tôi vẫn chưa được duyên lành gặp gỡ bởi tháng tư năm ấy vội ập đến. Trải qua một cuộc bể dâu, kẻ mất người còn, kẻ ở người đi, nhà nhà tan tác, người người ly tán thì chuyện hợp tan là lẽ thường tình. Rồi cả anh và chị, kẻ trước người sau, đều vượt biển tìm tự do để sum họp dài lâu nơi vùng đất hứa. Kể ra cuộc hải hành của chị Yến cũng vô cùng gian nan, muôn vàn nguy hiểm. Nhưng với ý chí quyết tâm muôn dặm tìm chồng, chị đã liều chết tay xách nách mang bồng con vượt biển. Tội nghiệp đứa con trai của anh chị - cháu Trần Quí Thoại - tuổi còn thơ dại mà đã "nếm" mùi sóng gió và bổ sung vào danh sách trên 900 ngàn thuyền nhân vượt biển tìm tự do, tìm sự sống trong cái chết! Thế là từ đó chúng tôi người góc biển kẻ chân mây ngàn trùng xa cách.

Bốn mươi tám năm sau (1974-2022) qua trang mạng Facebook, tôi đã kết nối với anh. Lúc bấy giờ chị Yến sau nhiều lần bị đột quỵ đã mất hoàn toàn trí nhớ. Cũng như vài bạn văn, tôi sống khép kín, ngại giao tiếp nên ít bạn bè, kể cả kết bạn FB. Nghe tin anh và chị lần lượt bị "hết nạn nọ tới nạn kia", tôi chỉ gởi lời thăm hỏi trên Facebook. Rồi tin dữ lại dồn dập đến: Chị Nguyễn Ngọc Yến đã vĩnh viễn ra đi ngày 27/4/2024. Đúng một tháng sau, ngày 27/5/2024, cũng tại New Jersey Hoa Kỳ, anh Trần Hoài Thư đã giã từ cõi thế. Đối với chị Nguyễn Ngọc Yến, đó là một *cái chết không khổ* trong đệ tứ khổ như để *giải trừ kiếp nạn* bởi cái đệ tam khổ dai dẳng. Đối với anh Trần Hoài Thư, đó là một *cái chết thật đẹp* sau khi châu toàn hậu sự cho chị để cùng hẹn thề sum họp ở một thế giới khác, nơi cõi Vĩnh Hằng. Có lần anh Thư đã tâm sự với nhà văn Trần Doãn Nho: "*Nói thật với bạn, tôi vui là vì Yến đã được* ***giải thoát***. *Bao năm nay, Yến sống đó mà cũng như Yến đã đi tự hồi nào*". Tôi viết về Chị như nhắc nhớ tới kỷ niệm giữa những người cùng công tác tại một ngôi trường Đại học ở thủ đô miền Tây thân yêu. Tôi viết về Anh như để gợi nhớ tới kỷ niệm ngắn ngủi bởi cái tình văn nghệ vừa mới đơm bông, giữa người phụ trách một tạp chí văn học với một cộng tác viên/độc giả – một *nhà văn cầm súng*.

Tôi còn nhớ Kỷ niệm cuối cùng với Trần Hoài Thư. Vào tháng 11/2023, tôi có "ủng hộ" *Thư Quán Bản Thảo* số 106 chủ đề *Nhà văn học sử Thanh Lãng* (có bài về Luận án Tiến sĩ Văn chương của LM Thanh Lãng) với số tiền cước phí gần gấp đôi. Anh đã gởi lộn cuốn "*TIỂU THUYẾT*" của Thanh Lãng (cũng *TQBT* số 106, ấn hành tháng 10/2023). Tôi đã nhắn tin trên FB đề nghị anh gởi lại đúng tên sách và hứa sẽ "ủng hộ" cước phí một lần nữa, như trước. Nhưng có lẽ vì bịnh tình của chị Yến đã trở nặng, anh Thư phải lo sốt vó nên đã không gởi sách cho tôi và còn viết: "*Không gởi lại sách nữa*". Tôi có đem việc nầy tâm tình với ông bạn Nguyễn Vy Khanh - người đã nhận đúng sách *TQBT* số 106 – và được nhà phê bình hồi đáp trên FB ngày 15/11/2023 như sau: "*Anh THT bệnh lúc tỉnh lúc bình thường, tuy vậy tôi ngạc nhiên biết anh nhận bản khác bản giấy của tôi*". Ban đầu tôi có ý "giận", nhưng sau nghĩ lại thấy "thương" anh Thư nhiều hơn. Bất giác tôi thầm nghĩ, nếu lâm vào nghịch cảnh như anh Thư, cách hành xử của tôi chưa chắc đã tốt đẹp hơn. Sở dĩ tôi phải dài dòng như vậy là vì trên một trang FB, anh Thư đã phàn nàn một "ông giáo sư" nọ và một "vị tiến sĩ" kia ở trong nước đã nhận hai quyển sách nặng ký của LM Thanh Lãng (*Bảng Lược Đồ Văn Học Việt Nam*) – thành quả do công lao khó nhọc của anh và chị. Nhưng cả tháng sau khi nhận sách, hai "nhà văn hóa " kia vẫn bặt vô âm tín. Tôi đã biểu đồng tình với anh qua một Lời bình trên FB: "*Thật đáng buồn cho cảnh chợ chiều sách vở. Hành xử của hai vị "đại trí thức" kia thật đáng chê trách*"!

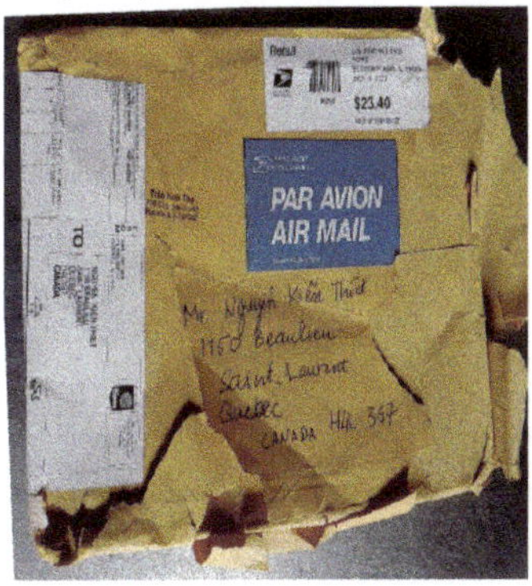

*Thủ bút của Trần Hoài Thư (11/2023)

Như Trần Trung Đạo đã viết: "*Nếu tin vào Nhân Duyên, chúng ta sẽ nhận ra tình vợ chồng của anh chị Trần Hoài Thư và Nguyễn Ngọc Yến đã kết thúc một cách diệu kỳ. Hoa hạnh phúc cuối cùng đã trổ ra từ những nhánh khổ đau, những cành chịu đựng*".

Anh Trần Hoài Thư và chị Nguyễn Ngọc Yến thân quý, cháu Trần Quí Thoại thương mến,

Anh Chị - những **kẻ ra đi**, hãy dìu dắt nhau, sát cánh bên nhau như *chim liền cánh* cùng bay cao, bay xa về phía chân trời Hạnh Phúc, nơi cõi Vĩnh Hằng.

Xin kính tiễn đôi uyên ương Thư & Yến bằng đôi **Câu đối phúng**:

"Tuổi lão niên, kẻ ra đi giải trừ khổ nạn
"Cõi hồng trần, người ở lại hoài vọng tiếc thương".

Riêng cháu Trần Quí Thoại và gia đình – những **người ở lại**, hãy nén đau thương và giữ vững niềm tin mà vui sống, dầu rằng trước cảnh tử biệt sanh ly, ai mà không đau đớn nát lòng! Dịp nầy chú sáng tác vội mấy câu thơ để tặng cháu và gia đình:

Đã đành sanh ký tử quy
Người còn kẻ mất, sầu bi lẽ thường
Đã đành Tạo hóa cơ cầu
Thì ngăn suối thảm mạch sầu trào dâng!

Nguyễn Kiến Thiết – Montréal (Canada) IX.2024.

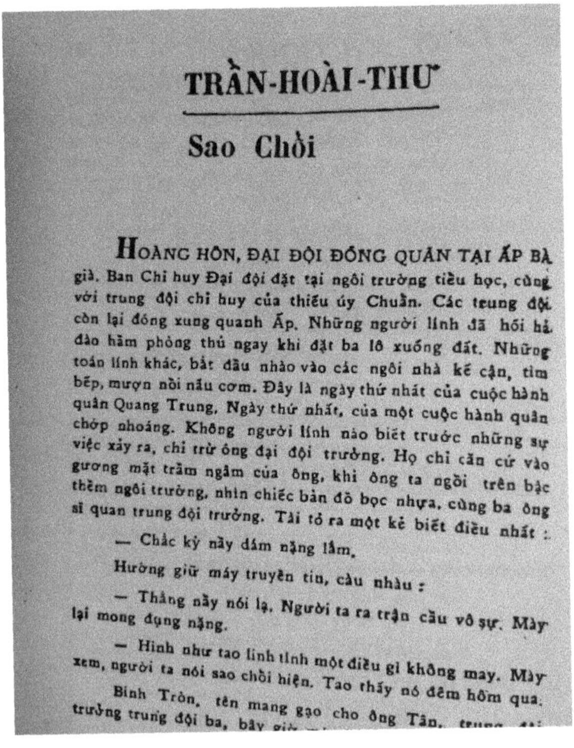

TRẦN-HOÀI-THƯ

Sao Chổi

HOÀNG HÔN, ĐẠI ĐỘI ĐÓNG QUÂN TẠI ẤP BÀ già. Ban Chỉ huy Đại đội đặt tại ngôi trường tiểu học, cùng với trung đội chỉ huy của thiếu úy Chuẩn. Các trung đội còn lại đóng xung quanh Ấp. Những người lính đã hối hả đào hầm phòng thủ ngay khi đặt ba lô xuống đất. Những toán lính khác, bắt đầu nhảo vào các ngôi nhà kế cận, tìm bếp, mượn nồi nấu cơm. Đây là ngày thứ nhất của cuộc hành quân Quang Trung, Ngày thứ nhất, của một cuộc hành quân chớp nhoáng. Không người lính nào biết trước những sự việc xảy ra, chỉ trừ ông đại đội trưởng. Họ chỉ căn cứ vào gương mặt trầm ngâm của ông, khi ông ta ngồi trên bậc thềm ngôi trường, nhìn chiếc bản đồ bọc nhựa, cùng ba ông sĩ quan trung đội trưởng. Tài tỏ ra một kẻ biết điều nhất :

— Chắc kỳ nầy đám nặng lắm.

Hường giữ máy truyền tin, càu nhàu :

— Thằng nầy nói lạ. Người ta ra trận cầu vô sự. Mày lại mong đụng nặng.

— Hình như tao linh tính một điều gì không may. Mày xem, người ta nói sao chổi hiện. Tao thấy nó đêm hôm qua.

Bình Tròn, tên mang gạo cho ông Tân, trung đội trưởng trung đội ba, bây

*Truyện ngắn "Sao Chổi" của Trần Hoài Thư đăng trên Nghiên Cứu Văn Học số 9, tháng 11/1971.

TUỆ TRUNG
Tiểu-Khanh (I)

Ngày đó có em…

1.-Một ngày giữa tháng 1 năm 1982, chuyến xe lửa xuôi Nam đưa Duy và một số bạn tù từ ga Nghệ-Tĩnh, về tới ga Bình-Triệu.

Bước xuống thềm nhà ga, Duy ngước nhìn bầu trời còn một ít ráng đỏ của buổi chiều tà, hít thở một hơi dài cái không khí của Sài-gòn xưa, tự nghĩ có phải mình được tự do thật hay chỉ là từ một nhà tù nhỏ bước ra để sống trong một nhà tù lớn, như lời một người bạn nói bên tai chàng lúc họ đang nghe tên quản giáo trại giam đọc lệnh tha.

Dù muốn hay không và dù gì chăng nữa, Duy cũng đã được tha về sau hơn sáu năm qua sáu, bảy trại tù từ Nam ra Bắc, cũng sẽ được ở gần gia đình và sẽ được gặp lại Diễm, người vợ chưa kịp cưới trước khi phải lên đường đi "học tập cải tạo".

Vì nhà chị Hiền gần đây nên Duy đi bộ, về tới nơi, anh Thịnh đón Duy ở cửa, nhận ra cậu em vợ, anh vui mừng hướng vào trong nhà, gọi lớn:

"Em ơi, cậu Duy về rồi, vào nhà đi, Duy".

"Anh Thịnh, anh được về trước em à?", Duy chào hỏi người anh rể.

Từ trên gác, chị Hiền nghe tiếng chồng gọi, cô mừng rỡ chạy xuống, nhưng khi nhìn thấy người em trai gầy ốm với vẻ tàn tạ trong bộ quần áo cũ, cô chảy nước mắt. Hiền nhờ chồng đi mua một tô phở, bảo Duy ngồi nghỉ rồi lên gác đem xuống một bộ quần áo cũ khác của Duy còn sót lại, cô nói:

"Em vào trong tắm rửa thay quần áo cho mát, xong rồi thì ra ăn đã, mọi chuyện để sau rồi nói".

Duy tắm xong, bước ra phòng khách thì anh Thịnh cũng vừa về.

"Em ăn đi cho nóng, chắc đói lắm rồi phải không?".

Duy gật đầu cười, cầm đũa và nói:

"Dạ, cám ơn anh chị, phở ngon quá".

Vừa ăn, Duy vừa kể lại đoạn đường tù đầy gần 7 năm qua, những bệnh tật không thuốc men, những lao động khổ cực, những cơn đói cào cấu hàng đêm, cả những buồn vui lẫn lộn.

Chị Hiền ngậm ngùi:

"Thôi được, em về là chị mừng lắm, không chết là tốt rồi, anh Thịnh cũng vậy, nhưng may mắn về sớm hơn em vài năm".

Chị Hiền, sau ngày 30 tháng 4, vì nhân lúc thời gian đầu còn thiếu người, được họ nhận làm giáo viên, dậy học ở một trường trung học gần nhà, cô vừa đi dậy, vừa chạy hàng, buôn bán thêm ở chợ trời để nuôi Mẹ với 2 con, cùng với thăm nuôi chồng vài lần cho đến khi anh được tha về.

Bà Phán, Mẹ của hai chị em, vì quá đau buồn, nên đã qua đời trước đó vài năm. Chị Hiền biết Duy rất thương và nhớ Bố Mẹ, cô nói:

"Chủ nhật mình cùng xuống chùa thắp nhang cho Bố Mẹ".

Duy dạ, rồi ngập ngừng giây lát, Duy hỏi chị:

"Diễm có thường lên thăm chị không? Hai năm sau khi em đi, cô ấy có đến thăm em một lần ở Biên-Hoà rồi thôi, thư viết về cũng không thấy trả lời".

Chị Hiền suy nghĩ hồi lâu như để nhớ lại rồi trả lời:

"Lúc đầu thì vài tháng một lần, hôm đám tang Mẹ, ngày cúng hết tang dưới chùa, sau đó thêm vài lần nữa rồi thôi, lần cuối cùng cô ấy khóc nhiều lắm, chị nhớ là cô ấy có nói với chị rằng vẫn sẽ đợi em về".

"Vậy sao?, chị thấy cô ấy sống như thế nào?".

"Có lẽ cũng khá tốt, có vẻ như không thiếu thốn lắm, bây giờ em cho chị biết em suy tính gì không?".

"Về chuyện của Diễm thì em chưa biết, nếu mai mốt em gặp, xem thế nào rồi mới tính được, còn việc ăn ở, tạm thời cho em ở lại đây với anh chị một thời gian, sau đó em tìm việc làm rồi sẽ tự lo".

Anh Thịnh lúc đó mới lên tiếng:

"Anh chị không có ý làm khó Duy đâu nhưng cậu phải sớm lo, vì anh chị đã bán nhà để đi vượt biên, ở lại đây chắc không sống nổi, nhất là vì tương lai của hai cháu mà anh chị phải đi, nếu may mắn qua được bên ấy, sẽ tìm cách giúp cậu, nhưng mọi chuyện cũng cần thời gian lâu dài, và một chút may mắn nữa".

Duy trả lời trong nỗi nghẹn ngào đang dâng lên trong lòng:

"Dạ, em biết rồi".

Ngay lúc ấy, hai đứa con chị Hiền từ trên lầu chạy xuống, chúng ôm lấy Duy, gọi "cậu Duy, cậu Duy", chàng cảm động, xoa đầu hai cháu:

"Hai đứa lớn quá rồi, có nhớ cậu Duy không?".

Chị Hiền cười:

-"Lúc em đi, hai cháu còn nhỏ xíu, có biết em là ai đâu mà nhớ".

Duy nói "ừ nhỉ", rồi cả nhà cùng cười vui. Chị Hiền tiếp:

"Duy chắc là mệt lắm và cũng trễ rồi, bây giờ đi làm vệ sinh rồi nghỉ ngơi, căn phòng của Mẹ trên lầu 3, chị đã chuẩn bị xong cho em, kể cả quần áo và đồ dùng cũ của em, chị để hết trên ấy, lên ngủ đi".

Duy quay nhìn mọi người, nói "cám ơn anh chị" rồi chậm bước đi lên gác.

Duy nhớ Bố Mẹ. Bố thì mất lâu rồi, Mẹ cũng đã qua đời khi chàng còn ở trong trại tù, Duy chỉ biết tin qua một lá thư hiếm hoi của Diễm gửi vào, kèm theo những lời thương yêu nhung nhớ của nàng mà chàng tin là rất thật tình, cả lời hứa đợi chờ chàng trở về. Lúc ấy, Duy đã khóc thật nhiều với những nỗi buồn dằn vặt tâm tư trong một thời gian dài.

Rồi nhớ về Diễm, người con gái mà Duy yêu tha thiết, cả hai đã chuẩn bị cho đám cưới trong dịp chàng được nghỉ phép -rất hiếm hoi vào thời buổi chiến tranh- nhưng ngày 30 tháng 4 đổ xuống, làm cho tan vỡ mọi thứ, trong đó có cuộc tình của chàng.

Diễm là con gái duy nhất của Thiếu tá Mạnh, vị chỉ huy Tiểu đoàn mà Duy là một Đại đội trưởng. Vào năm 72, trong một lần theo phái đoàn nữ sinh hậu phương đi thăm tiền tuyến, nơi đóng quân đơn vị của cha, Diễm đã gặp Duy, và chỉ qua một lần trò chuyện, nàng đã bị thu hút và yêu ngay con người đó, Duy cũng vậy, trong đôi lần theo ông Mạnh về Sài gòn, chàng gặp lại nàng, vẻ đẹp thuỳ mị và nét duyên dáng đáng yêu ấy khiến Duy không thể không thấy nhớ thương, rồi tình yêu đến, cuộc tình thật đẹp và đến thật nhanh.

Duy trằn trọc không ngủ gần như suốt đêm, đến quá 10 giờ sáng mới giật mình thức giấc, chàng bước xuống phòng khách đứng nhìn quanh, anh Thịnh từ dưới bếp đi lên, anh vui vẻ nói:

"Hai đứa nhỏ chưa dậy, chị Hiền đi chợ, còn tôi ở nhà nấu ăn, thời buổi đổi đời nó như vậy đó, chị nói khi cậu thức dậy thì ăn sáng với tôi, rồi tôi đưa cậu đi xin tạm trú, rồi muốn làm gì hay đi đâu thì tính sau".

Xong mọi việc, thấy còn sớm, Duy nói:

"Anh cho em mượn chiếc xe đạp, em muốn đi thăm một vòng Sài-gòn".

"Cũng được, cậu chờ tôi một chút".

Anh Thịnh đi lên gác, khi xuống anh đưa cho Duy một bao thư:

"Chị Hiền nói để cậu tiêu xài, nếu không đủ cậu cứ nói, chị sẽ đưa thêm, cậu xa Sài-gòn đã lâu, còn xa lạ nhiều thứ, nhớ đi đường phải cẩn thận, bây giờ không được an toàn như trước đâu".

"Cám ơn anh, em sẽ chú ý, hôm nay em đi chắc đến tối mới về".

Duy cầm bao thư tiền, xếp nhỏ tờ giấy tạm trú, bỏ tất cả vào chiếc ví cũ mà chị Hiền còn giữ được cho chàng, rồi dắt xe đi.

Cả một trời kỷ niệm đang hiện ra trước mắt Duy, những con phố thân quen dưới khung trời cũ, hàng cây cao bên đường che chắn cho lối đi về, những ngôi nhà phủ bụi nằm im dưới nắng, tất cả như đang đưa Duy về với quá khứ và những kỷ niệm buồn vui sau hơn sáu năm bất đắc dĩ phải vắng bóng.

Sài-gòn không thay đổi bao nhiêu, người đi qua lại trên đường phố vẫn đông nhưng vẻ ưu tư và sự hối hả, vội vàng không dấu được trên những khuôn mặt đầy nét muộn phiền lẫn một chút lo âu và sợ hãi.

Duy đạp xe qua vài con phố rồi dừng lại trước một quán cà phê do thói quen từ xưa còn sót lại. Duy dựng xe, tìm chỗ ngồi, vừa nhâm nhi ly cà phê vừa chậm chạp châm lửa điếu thuốc lá, hút nhẹ từng hơi.

Uống xong ly cà phê, Duy cảm thấy tỉnh táo hơn nhiều so với ngày hôm qua, chàng đạp xe về phía cư xá Sĩ quan để tìm lại căn nhà cũ của gia đình Diễm, nơi mà chàng không thể không nhớ.

2.-Dừng xe trước cửa nhà người yêu, Duy đưa tay gõ mạnh cánh cổng gỗ. Một ông già gầy ốm, gương mặt khắc khổ nhưng cương nghị, mái tóc bạc ngắn nổi bật trên nước da xạm màu, từ trong nhà bước ra, cất tiếng hỏi "ai đó". Duy nhận ra vị chỉ huy cũ, chàng lúng túng cúi chào:

"Thưa Ba…, chào Thẩm quyền, Duy đây ạ".

Người ấy chính là ông Mạnh, với vẻ điềm đạm vốn có vẫn không dấu được nét vui mừng, vội vàng mở cổng và nói:

"Duy đó à?, dắt xe vào đi con, con về hồi nào?".

Duy dựng chiếc xe đạp trong sân rồi theo chân ông Mạnh bước vào nhà:

"Con mới về hôm qua, sáng nay vừa làm xong cái vụ tạm trú là tới đây liền".

"Còn được nhìn thấy con lúc này, Ba mừng lắm".

Duy thầm cám ơn ông Mạnh đã tế nhị tránh cho Duy sự lúng túng trong cách xưng hô, bà Mạnh cũng vừa từ trên gác bước xuống, hình như rất xúc động khi nhìn thấy Duy, bà rơm rớm nước mắt nghẹn ngào nói:

"Duy về rồi hả con, lạy trời, má nhớ con quá".

"Con chào Má, con cũng nhớ Ba Má nhiều".

"Hai cha con ngồi nói chuyện đi, hôm nay Duy ở lại ăn cơm được không?, Má muốn nói với con nhiều chuyện".

Duy nói dạ được rồi cùng ông Mạnh đến ngồi nơi bộ salon giữa phòng khách, ông rót một tách trà đưa về phía Duy và nói:

"Kể cho Ba nghe chuyện đi tù của con ra sao".

Duy nâng tách trà uống một ngụm, chậm rãi kể lại sơ qua về những năm tù, từ Nam ra Bắc, từ lúc tan hàng chia tay với ông Mạnh đến ngày hôm qua được trở về, "cũng may là chưa chết và con cũng ít bị tật bệnh gì".

Ông Mạnh nghe Duy kể xong, ông thở dài, im lặng một lúc lâu, như để nhớ lại thời gian chính mình còn ở trong tù, ông

Mạnh mới chậm rãi hỏi:

"Con có tính toán gì chưa?".

"Hiện tại thì chưa biết sẽ làm gì", ngập ngừng giây lát, Duy từ tốn nói tiếp, "xin phép Ba cho con hỏi, Diễm có nhà không?".

Ông Mạnh nhìn Duy, ông đưa tay lên dụi mắt, uống một hơi hết tách trà rồi với vẻ mặt buồn bã, ông lắc đầu:

"Ba không muốn nói, chút nữa hỏi Má con".

Bà Mạnh bưng lên một khay nhỏ đặt xuống bàn, tươi cười:

"Hai cha con lai rai trước rồi ăn cơm".

"Đúng đó", ông Mạnh dẹp bộ tách trà qua một bên, mở một chai rượu, rót đầy hai ly, cầm một ly đưa cho Duy:

"Uống một chút cho ấm bụng, con nhớ hồi Tiểu-đoàn mình đóng ở Kontum, một buổi tối bên bờ sông Dakbla đó, hai cha con mình nhậu với thịt trâu rừng".

"Dạ, con nhớ". Duy trả lời rồi nhìn ông, cầm ly uống cạn.

Ông Mạnh nhìn Duy, nước mắt lưng tròng, ông cũng nâng ly rượu lên cảm khái nói: "Mình thua rồi, mất hết rồi, phải không con?", rồi ông ngửa cổ uống cạn.

"Vâng, giờ này thì như vậy, trong tương lai thì chưa biết ra sao, thưa Ba", Duy ngậm ngùi trả lời, như muốn an ủi người chỉ huy già, và có lẽ cũng là tự an ủi cho chính mình.

3.-Trong suốt bữa ăn, Duy im lặng ngồi nghe bà Mạnh nói.

"Má nhớ lúc ấy là vào đầu năm 77, Diễm đưa Má đi thăm nuôi Ba nó, đúng lúc ổng đang bệnh nặng, người thì gầy ốm, đi đứng không vững, tới chỗ thăm nuôi phải có hai tên công an dìu đi, họ nói rằng ông suốt ngày ho khan và thở hắt từng cơn, nằm một chỗ suốt ngày.

"Lúc ấy Má và nó chỉ ngồi khóc, không biết sẽ phải làm gì, thế rồi đột nhiên vài ba tháng sau, có mấy người lạ đến nhà, bảo Má đi cùng với họ đón ổng về.

"Về nhà, hơn một năm sau ổng mới khoẻ lại chút ít, mà vẫn chưa được bình thường, cũng may là thường xuyên có người mang thuốc men tới, mỗi tháng lại có bác sĩ đến thăm.

"Má không biết tại sao lại như vậy, có lần Má hỏi những người đó thì ai cũng nói họ không biết gì, chỉ làm theo lệnh, hỏi Diễm thì nó nói Ba Má không cần biết, cứ lo sao cho Ba khỏi bệnh trước đã, mọi chuyện tính sau, lúc ấy Má chỉ còn biết nghe lời nó.

"Ba con hả? Ổng còn sức đâu mà đồng ý hay phản đối, đến khi tỉnh lại đôi chút, biết được các việc như vậy thì muốn hay không cũng là chuyện đã rồi, con hiểu mà, phải không con?.

"Gần hai năm sau, đến khi ổng gần như bình phục thì một hôm Diễm về nhà nói là sẽ lấy chồng, lấy người mà trước đây nó đã hứa làm vợ sau khi người đó đưa ba ra khỏi nhà tù và đã lo lắng mọi thứ cho gia đình.

"Chồng của Diễm à? nó nói đó là một người làm bên ngành đầu tư nước ngoài, là con trai của một đảng viên cao cấp đang có chức quyền ở Thành phố.

"Diễm làm việc gì ư?, hai năm trước, nó được một cô bạn cũ hồi đi học mà nó không biết người ấy là cán bộ nằm vùng, đang làm Giám đốc một công ty xuất nhập khẩu, cho nó đi làm nhờ nó rất giỏi tiếng Anh, cũng vì làm ở đó nên một bữa đi công việc cho công ty, thì gặp chồng nó bây giờ, được anh ta giúp đỡ rồi đem lòng yêu thương, vài lần sau, anh ta nói đã biết hoàn cảnh gia đình tỏ ý giúp đỡ và sẽ đưa ông Mạnh về sớm.

"Anh ta nói chắc chắn và thực lòng giúp, Diễm nó bắt buộc phải tin và bắt buộc phải nhận sự giúp đỡ đó cùng với lời hứa kết hôn, vì lúc ấy nó quá thương cha, không muốn nhìn thấy cha chết trong tù.

"Khi Ba Má biết tất cả là do bên nhà chồng nó sắp đặt, từ việc cha được về sớm cho đến nay thì mọi chuyện đã rồi, cho nên con đừng buồn, má tin tất cả là do số mệnh, xin con cứ để mọi chuyện qua đi, con có hiểu cho tấm lòng của Ba Má không?.

Vâng, con hiểu, thực lòng con rất hiểu, thưa Ba Má.

Duy nghĩ như vậy với một chút hờn trách, nhưng từ đáy lòng, chàng cảm thấy còn một điều gì đó khiến chàng cảm nhận được nhưng không thể không ân hận, vì dù sao chàng và Diễm đã từng có một thời yêu nhau, có thể đã trở thành vợ chồng, mối tình đầu ấy khó mà có thể quên được.

Ăn xong bữa cơm, Duy từ giã ông bà Mạnh, chậm chạp đạp xe về tới nhà thì trời đã tối, chị Hiền vẫn còn thức, nhìn bộ dạng của Duy lúc đó chắc cô cũng hiểu ra phần nào chuyện xảy ra nên chỉ lặng lẽ nói:

"Em sửa soạn ngủ sớm, mai là chủ nhật cả nhà mình đi xuống chùa".

Duy nhìn chị gật đầu rồi đi thẳng lên gác.

Chỉ còn khoảng 2 tuần lễ nữa là Tết. Ngoài đường vẫn chưa có vẻ gì là không khí của Tết, không có cái vẻ tưng bừng, nhộn nhịp và ấm áp tràn đầy của ngày xưa. Trong nhà chị Hiền cũng vậy, chị nói:

"Sau Tết, anh chị sẽ giao nhà cho người mua rồi về dưới Long-Xuyên ở tạm nhà của gia đình anh Thọ, là anh của anh Thịnh, để chờ đi bất cứ lúc nào".

"Em biết rồi", Duy đáp, "em sẽ đi thuê một chỗ ở, chị chỉ cần cho em chiếc xe đạp để đi lại và vài thứ cần dùng mà thôi".

Anh Thịnh ngậm ngùi nói:

"Có lẽ đây là cái Tết cuối cùng của anh chị ở Việt-Nam, nhưng cũng đành vậy, cậu Duy ráng ở lại chờ tin".

Tuy nhiên cả gia đình cũng có một cái Tết khá vui và đầy đủ, khiến cho Duy cũng được an ủi phần nào.

Chiều ngày mùng hai Tết, Duy cảm thấy trong lòng buồn bã và trống vắng, chàng lấy xe, chậm chạp đạp xe về phía chợ Phú-Nhuận rồi ghé vào một quán nước dưới chân cầu Kiệu, gọi vài con khô mực, thêm một xị rượu.

Duy vừa uống rượu vừa ngẫm nghĩ chuyện đời, thỉnh thoảng nhếch môi cười, miệng lẩm bẩm những câu vô nghĩa, thỉnh thoảng lại nghẹn ngào như một kẻ sĩ bất đắc chí trong thời loạn

"*Trai trẻ bao năm mà đầu bạc, trăm năm thân thế bóng tà dương…*

Đến xị rượu thứ hai, Duy đã hơi ngà say, nước mắt ràn rụa, chàng tự nhủ thầm không phải là chàng đang khóc, những giọt nước mắt đó, nếu có, cũng chỉ là để xót thương cho chính thân phận mình,

"*Đại trượng phu không may xé gan bể cật, phù cương thường hà tất tiêu dao…*

Uống gần hết xị rượu thứ ba thì Duy gục xuống bàn, giờ này đối với Duy, những gì còn lại trong tâm tưởng chỉ là nỗi buồn và cảm giác trống vắng, chàng như đang đi lạc vào một cõi hư vô, không có lối ra.

"Ai người tri kỷ, lại đây cùng ta cạn một hồ trường,
Hồ trường, hồ trường, ta biết rót về đâu…

4.-Buổi sáng, Duy tỉnh giấc, dụi mắt nhìn quanh, thấy mình đang nằm trên một chiếc giường trong một căn phòng nhỏ, chàng xuống giường, mở cửa phòng, bước ra ngoài, ngạc nhiên nhìn mọi thứ xa lạ trước mắt. Bỗng một giọng nói trong trẻo nhưng ấm áp và nhẹ nhàng từ phía sau, vang lên:

"Anh dậy rồi à, bây giờ anh vào phòng tắm làm vệ sinh, có sẵn khăn lau mặt, bàn chải răng, thêm bộ quần áo để thay và đôi dép mới trong đó".

Duy quay lại hỏi với một chút ngạc nhiên:

"Cô là ai, tôi đang ở đâu đây?".

"Anh cứ làm như em đã nói cho tỉnh người đã, rồi mình nói chuyện sau".

Duy nhìn cô gái, nàng có đôi mắt đen long lanh sáng trên khuôn mặt thật đẹp và quyến rũ với giọng nói thật ấm áp và rất nhẹ nhàng, nhưng khuôn mặt và giọng nói ấy hình như có ẩn chứa một uy lực nào đó khiến Duy có một chút xao xuyến nhưng không thể không nghe theo, tuy nhiên với bản tính bất cần chàng chỉ gật đầu nói "được", rồi quay lưng bước đi.

Khi Duy trở ra, đã thấy cô gái ngồi nơi bộ bàn ghế ở giữa nhà, như đang chờ đợi, thấy Duy trong bộ quần áo và đôi dép da mới, cô khúc khích cười, rồi chỉ vào chiếc ghế đối diện:

"Anh ngồi đi, uống cà phê rồi ăn tạm tô hủ tíu cho đỡ đói đã, anh đừng vội, em biết anh muốn hỏi gì, chút nữa em sẽ nói cho anh biết".

Duy khuấy ly cà phê, uống một hơi, rồi cầm đũa, lặng im nghe cô gái nói.

"Em tên là Tiểu-Khanh, đây là nhà em, tối hôm qua em từ nhà người bạn về ngang qua cầu Kiệu, thấy anh đang ngồi ngủ gục bên lề đường, vì không biết nhà anh nên em đành đưa anh về đây, chắc anh uống say quá không nhớ gì hết.

"Anh Duy không nhận ra em sao, em là em gái của anh Hùng bạn học ở trường Chu-văn-An với anh hồi xưa đó, em gặp anh vài lần khi anh đến nhà chơi với anh Hùng, lúc ấy em còn nhỏ nên anh không để ý mà thôi, nhưng em nhớ và nhận ra anh.

"Bố mẹ em thì anh cũng đã có gặp qua, bố em tử trận năm 72, mẹ em vài tháng sau cũng qua đời.

"Anh Hùng thì lấy vợ hồi đầu năm 75, sau đó đi vượt biên cùng với gia đình vợ, hiện đang ở Canada.

"Còn anh thì sao, nói cho em nghe đi.

Ngạc nhiên, nhưng thấy cô gái có tên Tiểu-Khanh đó có vẻ như rất thành thật, Duy kể sơ qua về mình, về những đoạn đường đã đi qua, nàng gật đầu tỏ ý lắng nghe và thấu hiểu, một lúc sau mới lên tiếng:

"Vậy anh là lính giống như bố em thật rồi".

Ngập ngừng giây lát, Khanh hỏi:

"Nhà anh ở đâu?".

"Tôi ở nhờ nhà chị tôi, còn cô ở đây với ai?".

Tiểu-Khanh nở một nụ cười buồn, nàng nhìn quanh, chậm rãi nói:

"Em sống một mình, anh thấy đó".

"Vậy thì chúng ta cũng gần giống nhau, tôi không còn cha mẹ, chị tôi có gia đình lại sắp sửa đi xa, vị hôn thê của tôi đã có chồng, tôi thì mới ở tù về lại đang thất nghiệp và tương lai thì tối tăm mù mịt, thế đó".

"Không đâu, anh vẫn có thể làm lại từ đầu, khó khăn thì có nhưng dù muốn dù không anh cũng vẫn phải tiếp tục sống mà, em là con gái, từ lâu đã sống một mình được, anh cũng vậy thôi".

"Tôi hiểu, thực ra tôi cũng không quá bi quan đâu, chỉ thấy buồn, một mình nhìn về con đường dài phía trước, tôi chỉ còn một chút hy vọng vào chính bản thân mình mà thôi".

"Nếu đã không bi quan thì anh đừng buồn, đừng cảm thấy cô đơn nữa, em sẽ luôn ở bên cạnh anh, cùng đi với anh, được không?".

Đôi má Tiểu-Khanh ửng hồng như đang thẹn thùng, nàng ấp úng nói nhỏ:

"Em đúng là vô duyên, tại sao em nói vậy em cũng không biết, có lẽ do nghĩ nhiều nên buột miệng nói ra mà thôi, anh đừng để ý làm chi, anh nghĩ sao cũng được".

"Tôi chưa biết, để xem tại sao cô muốn giúp tôi đã", Duy ngập ngừng trả lời, "hôm nay mấy giờ cô phải đi làm?, tôi cũng phải về thôi".

Duy như chợt nhớ ra điều gì, đưa mắt nhìn quanh:

"Chiếc xe đạp của tôi, cô có đem về cho tôi không?".

Tiểu-Khanh cười:

"Xe đạp của anh à?, tối qua em đưa anh về mà không để ý, vì không biết anh có xe đạp, thôi vậy, bây giờ anh đi đâu để em đưa anh đi, hôm nay là thứ bảy, em được nghỉ, còn cái xe chắc là mất rồi, từ từ rồi tìm lại sau".

"Cũng được, vậy phiền cô cho tôi tới nhà ông bà xếp của tôi để chúc Tết họ, được không?".

Tiểu-Khanh vui vẻ:

"Anh đợi em thay quần áo rồi mình đi, chắc anh biết chạy xe Honda, anh chở em nhé".

Duy lặng lẽ làm theo, đạp nổ máy xe và nói:

"Lâu lắm rồi, biết còn chạy được không, cô ngồi cho vững".

"Anh yên tâm", Khanh trả lời Duy trong tiếng cười giòn giã.

5.-Đến nơi, Khanh xuống xe, Duy dựng xe, theo thói quen đưa tay qua khe gỗ để mở cổng rồi bảo nàng dắt xe vào dựng trong sân.

Bà Mạnh mở cửa nhà, tươi cười bước ra đón hai người:

"Duy vào nhà đi con", bà quay nhìn Tiểu-Khanh như ngầm hỏi ai đó.

Dựng xe, đóng cổng xong Duy mới chậm rãi nói:

"Cô ấy là Tiểu-Khanh, bạn con, còn đây là bác Mạnh, bà xếp của tôi".

Khanh cúi đầu nói "con chào bác", rồi theo chân Duy bước vào nhà, nàng bẽn lẽn nhìn ông Mạnh đang ngồi nơi phòng khách, bà Mạnh thì vồn vã:

"Duy nói bạn con ngồi xuống đi, để Má pha trà mới, rồi bóc bánh chưng, mình cùng ăn cho vui, cho có vẻ Tết, mấy hôm nay Ba Má cũng buồn lắm, chỉ ở nhà, chẳng biết đi đâu".

Ông Mạnh đợi Duy và Khanh ngồi xuống ghế, mới hỏi:

"Tết ở nhà con có vui không?".

"Dạ cũng bình thường thôi, nhưng con xui quá, mới đầu năm mà bị mất chiếc xe đạp, may có cô Khanh giúp đưa con tới đây còn kịp ngày Tết".

Khanh có vẻ hơi lúng túng, nàng đứng lên và nói:

"Anh Duy nói chuyện với bác trai, để em vào bếp giúp bác gái dọn đồ ăn".

Thấy Duy gật đầu, Khanh bước vội vào phía sau.

"Diễm đã về chúc Tết Ba Má chưa?", Duy hỏi.

"Tụi nó đến từ hôm mùng một, tuần trước Tết cũng có đến đem theo một đống quà, con coi thích cái gì thì cứ lấy về".

"Cám ơn Ba, con không cần gì đâu", Duy cười nhẹ.

Bà Mạnh bước ra, trên tay bưng một mâm đồ ăn, bầy trên bàn, Khanh đi theo, cầm trên tay hũ dưa món và chén đũa.

"Hai đứa ăn thử bánh chưng Má gói, xem có ngon không".

"Dạ, chắc chắn là ngon rồi, lâu lắm mới được ăn bánh chưng, ở nhà chị con không gói, chỉ mua bánh tét cúng ông bà rồi ăn tạm mà thôi", Duy nói.

Ông Mạnh ngậm ngùi:

"Tội nghiệp con, mấy năm trước thì Ba cũng vậy, bây giờ hai đứa ăn đi, ở trong tù thì làm sao mà có bánh chưng".

Bà Mạnh xắn một miếng bánh, gắp bỏ vào bát của Duy, thêm một miếng cho Khanh. Duy vui miệng nói:

"Thật ra trong tù cũng có một lần được ăn, một anh bạn của con có làm thơ tả bánh chưng, *…đầu năm ăn tết kỷ mùi, bánh chưng độn sắn niềm vui độn sầu…*, vậy đó, có hay không Ba Má?".

Mọi người cùng cười, hình như trong tiếng cười có trộn lẫn nước mắt. Bà Mạnh nghẹn ngào nói:

"Má biết con không quên được, nhưng hôm nay là Tết, con tạm bỏ mọi chuyện buồn qua một bên đã, ăn đi con".

Rồi quay sang nhìn Tiểu-Khanh, bà Mạnh đổi giọng vui vẻ nói:

"Cô gái này cũng ăn đi, người đâu mà dễ thương quá, lại giỏi dang nữa".

"Chiều nay Ba Má cúng đưa ông bà, hai đứa ở lại ăn cơm", ông Mạnh tiếp lời vợ, "để nhớ lại những bữa ăn trong tù".

Duy nhìn qua Tiểu-Khanh đang tỏ vẻ bẽn lẽn sau lời khen của bà Mạnh:

"Cô Khanh có ở lại được không, hay phải về?".

"Em ở một mình, có Tết đâu, lâu lắm mới được theo anh cùng ăn một cái Tết với gia đình, em vui lắm".

Bà Mạnh nở nụ cười hiền lành, lấy trong tủ ra hai bao thư đỏ:

"Tốt quá rồi, bây giờ Má lì xì cho hai đứa lấy hên".

Ăn xong, Khanh lăng xăng giúp bà Mạnh dọn dẹp, rửa chén bát, khi đã xong, bà kéo nàng lên gác, thân mật nói:

"Để họ nói chuyện hồi đó, chuyện lính tráng, chuyện ở tù, con lên đây với bác một chút rồi xuống chuẩn bị đồ cúng".

Ông Mạnh vào bếp lấy ra một chai rượu và một chùm nem chua, ông nói:

"Chúng nó lấy tiền đâu ra mà giàu quá, quà tết ba bốn chai rượu, lại thêm đủ thứ đồ ăn, bánh kẹo, thôi thây kệ nó, mình cứ lai rai, phải không con?".

Duy chỉ cười, ngồi uống rượu, nghe ông nhắc lại chuyện xưa.

6.-Hai người ra khỏi nhà ông bà Mạnh lúc trời đã tối, đèn đường đã lên, rọi xuống phố xá một thứ ánh sáng vàng vọt. Khanh đưa tay nhìn đồng hồ, hỏi Duy:

"Gần mười giờ tối rồi, anh muốn đi đâu?".

"Tôi có làm phiền cô lắm không, tôi ngại quá".

Khanh lắc đầu cười:

"Có gì đâu, chắc anh muốn về nhà chị của anh nói vụ mất xe phải không, để em đưa anh về, anh uống nhiều quá, em chở anh vậy, anh lên xe đi, ngồi cho chắc, coi chừng té xuống đường là xui cả năm luôn đó, nhà chị anh ở đâu?".

Khanh nói một hơi dài, Duy không kịp làm gì khác, chỉ vừa chậm chạp leo lên ngồi phía sau xe vừa nói ở ngã ba Hàng Xanh. Khanh đạp nổ máy, cho xe chạy chậm, nàng chỉ còn nghe được tiếng Duy lè nhè phía sau lưng:

"Rót về Nam phương,
trời Nam mù mịt,
có người quá chén, như điên như cuồng…

Khanh nghe mà không hiểu gì hết, hình như chỉ nghe được những câu ca ấy của chàng theo gió thổi nhẹ vào tai mình, tự nhiên hai dòng nước mắt bất giác tuôn chảy xuống hai bên gò má:

"Nam nhi sự nghiệp ư hồ thỉ,
hà tất cùng sầu đối cỏ cây…

Khanh chạy xe lòng vòng một hồi rồi cũng tới nơi, chị Hiền đang ngồi ở phòng khách chờ cậu em, khi nghe tiếng xe dừng ở phía trước nhà mới vội ra mở cửa, thấy một cô gái lạ cùng với em mình, lúc ấy cô chắc cũng lờ mờ hiểu chuyện gì đã xảy ra, cô bảo Khanh dắt xe để cô đưa Duy vào nhà.

Đặt cậu em nằm trên chiếc ghế dài xong, chị Hiền ngước nhìn khuôn mặt xinh đẹp của cô gái đang lúng túng đứng bên cạnh:

"Cám ơn em đã đưa Duy về, em là ai?".

"Em tên là Tiểu-Khanh".

Rồi Khanh kể cho chị Hiền nghe những việc xảy ra, "anh ấy nói vì đã làm mất xe đạp nên muốn về báo lại cho chị rõ, anh ấy có lẽ buồn lắm nên uống hơi nhiều ở nhà bác Mạnh".

"Nó buồn cũng phải thôi, chị biết, mà giờ này đã muộn lắm rồi, em có thể về nhà đi, còn Duy ở đây để chị lo".

"Vậy em chào chị, sáng mai em tới vậy".

Chị Hiền thở dài, gật đầu nói "cũng được", cô thật sự bối rối về tình cảnh gia đình hiện nay, mai phải giao nhà cho người mua, chồng và hai đứa con đã xuống Long-Xuyên từ sáng, cô phải ở lại đợi cậu em để nói lời từ biệt, cô không biết phải làm sao thì Duy về trong lúc này.

Thêm một chuyện làm chị Hiền phải suy nghĩ, đó là cô gái đã đưa Duy về nhà hôm qua, tuy mới gặp cô gái ấy lần đầu, nhưng từ trong thâm tâm, ấn tượng ban đầu với người con gái đó cũng đủ khiến cho cô có cảm giác không có gì phải lo lắng, nhưng thực sự ra sao thì cô chưa biết được.

Sáng hôm sau, Tiểu-Khanh đến sớm, nàng tươi cười khi thấy chị Hiền mở cửa, vừa dắt xe vào vừa nói:

"Em chào chị, anh Duy đã tỉnh chưa hả chị?".

"Nó còn ngủ, cũng chưa biết đã tỉnh rượu chưa, em vào

nhà đã, chị không biết em có thích không nhưng đã mua sẵn cà phê, nhà cũng không còn trà hay nước, em uống tạm vậy".

Khanh nói "không sao, em uống được, cám ơn chị", rồi cầm ly cà phê lên, chị Hiền chậm rãi nói:

"Giữa em và Duy, chị thấy có điều gì đó chị chưa hiểu được".

Khanh nghĩ có lẽ chị Hiền tỏ vẻ nghi ngờ và hình như có một chút e ngại về nàng, nên vừa cười vừa đáp:

"Chị thấy em đưa anh Duy về tối hôm qua, chị ngạc nhiên cũng phải, dù sao em tuy xa lạ với chị nhưng không xa lạ với anh ấy đâu, em cũng không phải người xấu, chị trông em có giống công an không?".

Tới lúc đó, dù muốn dù không chị Hiền cũng bắt buộc phải tin vào số mệnh đưa đẩy, cô nhìn Khanh như dò hỏi, suy nghĩ hồi lâu rồi nói nhanh:

"Em biết đó, Duy nó mới ở tù về, không còn gì hết, kể cả vợ sắp cưới cũng bỏ nó rồi, có thể cho chị biết em đang nghĩ gì về nó không?".

Tiểu-Khanh không nghĩ lâu, nàng cũng trả lời thật nhanh:

"Thứ nhất, hoàn cảnh của anh Duy và em giống nhau, thứ hai, em là em gái của bạn anh ấy trước đây nên em cảm thấy rất gần gũi với anh ấy, và sau cùng vì anh Duy là chính anh ấy, em thích con người của anh ấy, thế thôi, không có gì khác hết, chị nghĩ em đã đủ thành thực chưa?".

Chị Hiền nghe xong, cô thấy mình như đã trút bỏ hết được mọi điều nghi ngại và lo lắng, tuy nhiên cũng còn một chút do dự, cô tự nghĩ "nếu Diễm và Duy không bị tan vỡ thì giờ đây mình được yên tâm biết mấy, dù sao thì đến lúc này rồi đã không còn lựa chọn nào khác nữa, cũng đành phó mặc cho may rủi, cho số mạng của Duy mà thôi".

Cuối cùng cô lấy ra một bao thư khá dầy, đưa cho Khanh và nói:

"Sáng nay chị sẽ rời khỏi Sài-gòn, đi đâu thì chắc em cũng đoán ra được, xin em đừng cho Duy biết vội, trong này có một số tiền và một lá thư, chị viết tất cả mọi việc mà chị nhờ em giúp, em đem về đọc sẽ rõ, mong em nhận lời".

Khanh cầm bao thư bỏ vào túi xách, nói "em hiểu rồi", chị Hiền tiếp:

"Chị chưa biết tình cảm của em với Duy như thế nào vì em nói mới gặp lại nó hai ngày trước, nhưng chị vẫn tin em, vì chị thấy em rất giống với Diễm, là vị hôn thê của nó trước đây, nhưng...".

Khanh gật đầu, tỏ vẻ như đã hiểu ra mọi chuyện:

"Em biết chị nghĩ gì, có lẽ chị muốn nhờ em thay chị để lo cho anh ấy sau này có phải vậy không, em đồng ý, nhưng vấn đề còn lại vẫn là chính anh Duy, em chưa biết ý của anh ấy ra sao nên em sẽ cố gắng".

"Cám ơn em đã hiểu cho chị, chị không bắt em phải hứa, nhưng chị xin em cố gắng giúp nó trong khả năng của em, mọi chuyện cứ tới đâu hay tới đó, bây giờ em cho chị địa chỉ của em để sau này còn có dịp may gặp lại, biết đâu chừng, phải không em?".

Có tiếng chân bước xuống thang gác, Khanh biết Duy đã thức, tiếp theo là giọng nói như còn ngái ngủ của chàng:

"Em làm mất xe đạp rồi, tại em không nghe lời anh Thịnh, không cẩn thận".

"Không sao đâu, chị biết rồi, chị Hiền liếc nhìn Khanh rồi cười lớn, xuống rửa mặt đánh răng, thay quần áo rồi đi ăn sáng, lớn rồi mà còn như con nít".

Một lúc sau thì Duy cũng ra tới phòng khách, thấy Khanh ngồi đó, chàng vừa thấy vui vừa tỏ vẻ ngạc nhiên:

"Sao cô còn ở đây, tưởng cô về nhà từ tối qua rồi chứ?".

Tiểu-Khanh vừa cười vừa nói:

"Em tới đòi tiền công đưa đón anh mấy ngày hôm nay, thôi anh lẹ lên, mình đi ăn sáng, em đói rồi".

Chị Hiền dẫn Khanh và Duy ra tiệm hủ tiếu đầu đường, muốn cùng cậu em trai ăn một bữa ăn cuối trước khi đi xa chưa biết bao giờ mới gặp lại mà không thể nói lời từ biệt, cô nghĩ vậy nhưng chẳng dám nói ra.

Ra khỏi tiệm, chị Hiền đưa mắt nhìn Khanh:

"Bây giờ hai đứa đi đâu, chị về nhà đây".

Khanh hiểu ý chị Hiền, nàng nói nhanh:

"Em đưa anh Duy tìm lại chiếc xe đạp, vậy em chào chị, chúng em đi".

Chị Hiền gật đầu, mỉm nụ cười buồn bã, Duy không nói gì, lẳng lặng theo chân Khanh đến chỗ gửi xe, nàng nói "anh chở em đi".

Tới chân cầu Kiệu, Duy dừng xe trước quán nước, nơi chàng đã uống say hôm trước. Khanh xuống xe, nói:

"Anh chờ em một chút, em vô hỏi giúp anh thử coi sao đã".

Duy tỏ vẻ chán nản vì nghĩ không có chút hy vọng nào để tìm lại được chiếc xe nên chỉ ừ hữ gật đầu. Khoảng nửa tiếng sau, Khanh tươi cười bước ra khỏi quán, dắt theo một chiếc xe đạp, Duy vội kêu lớn:

"Không phải xe này, không phải của tôi".

"Em biết, nhưng họ nói rằng xe cũ của anh đã bị bọn chúng tháo gỡ ra hết rồi nên họ trả cho anh chiếc xe khác, tốt hơn và cũng mới hơn".

"Nhưng sao họ biết hôm nay tôi đến tìm xe, rồi có sẵn xe để trả lại?, tôi phải vào hỏi lại mới được".

Khanh hơi ngần ngại, nhưng rất nhanh, nàng cười nhẹ:

"Để em nói cho anh biết vậy, tối hôm qua trên đường về, em đã tới đây rồi làm bộ nói với họ rằng em là công an trên Thành phố, chiếc xe là của em cho anh mượn, có lẽ họ sợ nên tìm cách để trả lại thôi, anh đừng thắc mắc nữa, có xe để đi là tốt rồi".

Duy thực sự không hiểu, chàng lắc đầu nhìn Khanh và nói:

"Thật không?, thời buổi này sao lạ quá".

"Gần bẩy năm mới về lại Sài-gòn, anh thấy lạ là đúng rồi, còn nhiều thứ khác làm anh ngạc nhiên hơn nhiều, bây giờ mình về nghỉ một chút, rồi đi ăn mừng tìm lại được xe, để em đạp thử xem có tốt không".

Không đợi Duy phản ứng, Khanh lập tức leo lên xe, đạp xe về phía chợ, như sợ Duy đổi ý. Duy thêm một lần làm theo vì muốn trái lời Khanh cũng không kịp nữa, đạp nổ máy xe rồi chạy theo.

Gần trưa, Khanh cùng Duy đi bộ về phía ngã tư, ghé vào một quán cơm, "chỗ này ăn ngon lại rẻ, em hay ăn ở đây, sống một mình nên làm biếng, buổi chiều đi làm về mới đi chợ nấu ăn".

Chờ Khanh gọi món ăn xong, Duy ngập ngừng nói:

"Tại sao cô tốt với tôi vậy?, mới gặp lại nhau có hai ngày, tôi rất ngại vì đã làm phiền cô nhiều quá".

Khanh cười, nụ cười tươi sáng và rạng rỡ trên khuôn mặt đẹp có lấm tấm mấy giọt mồ hôi:

"Anh không thấy là anh với em giống nhau lắm sao?, anh là bạn của anh Hùng nên em cũng biết anh từ hơn mười năm trước rồi, đã là người quen thì giúp nhau có gì mà ngại với phiền".

Duy không nói gì, Khanh tiếp:

"Đúng là em vô duyên quá, ai đời con gái mà đi theo một anh chàng nghèo khổ mới ở tù ra, không nhà không cửa, bơ vơ một mình, lại đang thất nghiệp, nhưng em là vậy đó, em thích như vậy đó".

Thấy Khanh có vẻ như đang hờn dỗi, Duy vội xua tay:

"Tôi chịu thua, cô đừng giận nữa".

"Bây giờ mình ăn cơm, anh đừng nghĩ gì khác, ăn mất ngon, được không?".

Hai người im lặng ăn, thỉnh thoảng Khanh ngước nhìn Duy và mỉm cười, Duy như định nói gì thì Khanh chỉ lặng lẽ lắc đầu, chỉ tay vào đĩa cơm và ly trà đá đang dở dang trước mặt chàng.

Xong bữa ăn, về đến nhà, Khanh đưa Duy vào căn phòng nhỏ hôm trước:

"Bây giờ em đi công chuyện rồi đi chợ, anh ở đây ngủ một giấc, chờ em về, nếu anh muốn đi uống cà phê hay đi đâu chơi thì nhớ khoá cửa, em để tiền trong ngăn kéo bàn, anh cứ lấy xài".

Duy có cảm tưởng mình chỉ là một đứa bé trong mắt của Tiểu-Khanh, cô gái thật kỳ lạ, nàng như có một cái gì đó đặc biệt khiến chàng cứ phải nghe và làm theo, không cãi lại được, Duy chỉ có thể cười nhạo chính bản thân mình.

"Còn gì nữa thì nói nốt cho xong rồi đi", Duy tỏ vẻ bực mình.

Khanh lại cười, hình như trên môi nàng luôn nở nụ cười:

"Nhiêu đó thôi, anh nhớ đó, có gì khác thì em sẽ nói sau, bây giờ em đi đây".

Sau nhiều năm tháng tù đày, xa cuộc sống đời thường, Duy thấy điều gì cũng khác hẳn nếp sống thuở xa xưa, tự cảm thấy mình trở thành ngu ngơ đến lạ kỳ.

TUỆ TRUNG

(còn tiếp 1 kỳ)

TRẦN VIỆT HẢI
Văn Học Mới và Hà Nguyên Du

Trước năm 1975, tôi nhớ ở Sài Gòn có những nhóm văn học như Quan Điểm, Sáng Tạo, Khởi Hành, Văn, Hiện Đại, Thế Kỷ Hai Mươi, và Bách Khoa, Quê-Hương,...

Những tác giả và tác phẩm, mà tôi còn nhớ và xin nêu tên các tác giả như Duyên Anh, Nhã Ca, Nguyễn Thị Hoàng, Nguyễn Thụy Long, Hồ Trường An, Bình Nguyên Lộc, Chu Tử, Hoàng Hải Thủy, Bà Tùng Long, Nguyễn Thị Thụy Vũ... Vài tác giả chuyên sáng tác chuyện miền Tây như Hồ Biểu Chánh, Sơn Nam, An Khê, Hoàng Hải Thủy, Thanh Thương Hoàng, Nguyễn Xuân Hoàng, Lê Xuyên... Những tác giả của nhóm Tự Lực Văn Đoàn, những tên tuổi khác như Doãn Quốc Sỹ, Võ Phiến, Trần Hữu Tá, Võ Hồng, Nguyên Sa, Thanh Tâm Tuyền, Du Tử Lê, Tô Thùy Yên ... duy trì một nền văn chương chuyên nghiệp. Đó là một nền văn học truyền thống đúng nghĩa, đúng mức với chức năng đối với xã hội, văn học mà chỉ nhắm vào đối tượng duy nhất sinh hoạt văn chương về mỹ học chân thiện và nhân bản, hay về con người.

Từ những pho tủ sách văn học vi nhân bản đó giờ rảnh rỗi, tôi thường ôm sách đọc ngấu nghiến cho đã tâm thức, cho phê tâm hồn như một sở thích riêng tư của mình. Trước tiên xin nói là là loại sách văn học, sau là say sưa với loại sách giáo khoa chuyên nghành chuyên môn.. Đã từ lâu lắm rồi tôi không nhớ hết những tác giả và tác phẩm đã đọc hay đã truy cứu, nhưng tôi vẫn còn nhớ các tác giả, tâm thức vẫn man máng về họ như Duyên Anh, Nhã Ca, Nguyễn Thị Hoàng, Nguyễn Thụy Long, **Hồ** Trường An, Bình Nguyên Lộc, Chu Tử, Hoàng Hải Thủy, Bà Tùng Long, Nguyễn Thị Thụy Vũ... Vài tác giả chuyên sáng tác chuyện miền Tây Nam phần như Hồ Biểu Chánh, Sơn Nam, An Khê, Lê Xuyên...

Rồi khi ra hải ngoại sau năm 1975, nay xin kể tên tác giả làm Văn Học Nghệ Thuật ở Hải Ngoại - đáng được ghi nhận gồm những vị như, ví dụ điển hình có nhiều tác giả văn học nghệ thuật ở hải ngoại đã đóng góp đáng kể và được ghi nhận qua các tác phẩm của mình. Dưới đây là một số tên tuổi như nhà thơ Hà Nguyên Du - Tác giả của nhiều tập thơ và người sáng lập tạp chí Văn Học Mới. Tôi nhớ tạp chí Văn Học Mới có những vị như: Nguyễn Vy Khanh, Nguyễn Vĩnh Long, Đức Phổ, Phan Ni Tấn, Nguyễn Trung Hối, Hoàng Ngọc Tuấn, Biển Bắc, Nguyễn Minh Triết, Trần Việt Hải, Hà Nguyên Du, Khế Iêm, Thanh Thương Hoàng, Xuân Thủy, Phan Hạ Du, Nguyễn Văn Sâm, Ngô Tịnh Yên, Phạm Quốc Bảo, Khánh Trường, Phan Tấn Hải, Hạ Quốc Huy, Nguyễn Đức Tùng, Ngã Phương Huyền, Nguyễn Lương Ba, Hải Phương, Phạm Xuân Đài, Trần Yên Hòa, Du Tử Lê, Hà Bạch Quyên, Nguyễn Thị Thảo An, và Thành Tôn.

Văn chương của Việt Nam Cộng Hòa, xin đan cử như Nhà văn Nhất Linh (Nguyễn Tường Tam) vốn quen thuộc với nhiều chúng ta,-Nhất Linh, là một cổ thụ văn học, cũng là vị sáng lập ra Tự Lực Văn Đoàn, với những tác phẩm như Đoạn Tuyệt, Bướm Trắng.

Kể thêm như nhà thơ Hoàng Xuân Sơn - Nổi bật với thơ lục bát độc đáo, đã xuất bản nhiều tác phẩm thơ như Lục Bát Hoàng Xuân Sơn. Rồi nhà văn Nguyễn Mộng Giác - Tác giả của tiểu thuyết Sông Côn Mùa Lũ, một tác phẩm lịch sử nổi tiếng; Nhà văn Phạm Thiên Thư - Với những tập thơ nổi tiếng như Ngày xưa Hoàng Thị, và đóng góp lớn cho nền văn học hải ngoại.

Nhà thơ Đinh Hùng - Một nhà thơ lớn với phong cách thơ độc đáo, nổi tiếng với tác phẩm Mê Hồn Ca. Nhà văn Mai Thảo - Tác giả của nhiều truyện ngắn và tiểu thuyết, và là một trong những nhà văn nổi bật của nhóm Sáng Tạo.Nhà văn Võ Phiến - Tác giả của nhiều tập truyện ngắn và tiểu thuyết, là một trong những tiếng nói lớn của văn học Việt Nam hải ngoại. Nhà thơ Thanh Tâm Tuyền - Một trong những nhà thơ tiên phong của phong trào Thơ Tự Do Việt Nam. Nhà văn Dương Nghiễm Mậu - Tác giả của nhiều tác phẩm phản ánh sự phức tạp và đau khổ của con người trong thời chiến.

Nhà thơ Du Tử Lê - Tác giả của nhiều tập thơ nổi tiếng như Khúc Thụy Du, và là một trong những nhà thơ tiêu biểu của thơ tình Việt Nam. Nhà văn Nguyễn Xuân Hoàng - Với các tác phẩm như Mùa Hè Đỏ Lửa, và là một trong những cây bút quan trọng của văn học hải ngoại.Nhà văn Nhật Tiến - Tác giả của nhiều tác phẩm nổi bật như Thềm Hoang, và đã có những đóng góp lớn cho văn học Việt Nam trước và sau 1975.

Nhà thơ Nguyễn Mạnh Trinh - Tác giả và nhà phê bình văn học với nhiều công trình nghiên cứu và tác phẩm văn học đáng chú ý.

Nhà thơ Cung Trầm Tưởng - Nổi tiếng với những bài thơ được phổ nhạc như Mùa Thu Paris, ông là một trong những nhà thơ tiêu biểu của thơ tình và thơ lãng mạn. Nhà văn Thế Uyên - Tác giả của nhiều tác phẩm truyện ngắn và tiểu thuyết, đặc biệt là những tác phẩm phản ánh cuộc sống người Việt sau 1975.

Nhà văn Phạm Quốc Bảo - Một nhà văn, nhà báo và nhà hoạt động văn hóa nổi tiếng trong cộng đồng người Việt hải ngoại.

Nếu văn học Pháp có Antoine de Saint-Exupéry, Việt Nam có Toàn Phong Nguyễn Xuân Vinh với những Đời Phi Công, Theo Ánh Tinh Cầu, và Mộng Viễn Phương. Loại sách của Saint-Exupéry như L'Aviateur (Người phi công) danh tác của Saint-Exupéry), Courrier Sud (Chuyến thư miền Nam), Vol de Nuit (Bay đêm), Terre des Hommes, Cõi người ta), Pilote de Guerre (Phi công thời chiến) hay Le Petit Prince (Hoàng tử bé),

Kể thêm Việt Nam như nhà thơ Nguyễn Chí Thiện - Tác giả của Hoa Địa Ngục, một tác phẩm nổi tiếng viết về những trải nghiệm khắc nghiệt trong các trại tù cải tạo ở Việt Nam. Nhà văn Nguyễn Văn Sâm - Tác giả của nhiều tác phẩm văn học dân gian và nghiên cứu văn học Việt Nam, ông cũng là một dịch giả nổi tiếng.Nhà văn Phạm Thiên Thư - Nổi tiếng với những bài thơ như Đoạn Trường Vô Thanh, ông cũng là một nhà nghiên cứu và tác giả có ảnh hưởng lớn trong văn học Việt Nam.

Nhà thơ Tô Thùy Yên - Một trong những nhà thơ lớn của văn học Việt Nam hải ngoại, với các tác phẩm thơ giàu cảm xúc và tư tưởng. Nhà thơ Bùi Giáng - Dù sống một phần đời ở hải ngoại, Bùi Giáng vẫn là một trong những nhà thơ có ảnh hưởng lớn nhất trong văn học Việt Nam với phong cách thơ lạ lùng và triết lý sâu sắc.

Nhà văn Lê Tất Điều - Tác giả của các tiểu thuyết và truyện ngắn mang tính nhân văn sâu sắc, với nhiều tác phẩm nổi bật trong văn học như Những Giọt Mực, Đêm Dài Một Đời, Khởi Hành, Hai Chữ Nước Nhà,...

Trần Hoài Thư -Tác phẩm: Tuyển Tập Truyện Ngắn, Giữa Cơn Bão Dữ. Sinh hoạt nổi bật: Sáng lập và điều hành Thư Quán Bản Thảo, một tạp chí văn học nhằm bảo tồn và phát triển văn chương Việt Nam hải ngoại. Nhà văn quân dội Phan Nhật Nam -Tác phẩm: Dấu Binh Lửa, Mùa Hè Đỏ Lửa. Sinh hoạt nổi bật: Cựu chiến binh và nhà văn, tác phẩm của ông chủ yếu viết về chiến tranh Việt Nam, có ảnh hưởng lớn trong cộng đồng người Việt tại hải ngoại. Minh Đức Hoài Trinh với những tác phẩm như Thiên Nga, Hai Gốc Cây, Sám Hối, Tử Địa, Trà Thất,... Nguyễn Thị Hoàng- Tác phẩm: Vòng Tay Học Trò, Tuổi Saigon. Sinh hoạt nổi bật: Một trong những nhà văn nữ nổi bật với những tác phẩm gây tiếng vang lớn trước 1975 và tiếp tục sáng tác tại hải ngoại. Thụy Khuê - Tác phẩm: Trịnh Công Sơn, Một Người Thi Ca, Tưởng Niệm Phạm Công Thiện. Sinh hoạt nổi bật: Nhà phê bình văn học, tác giả và biên tập viên tại đài RFI (Radio France Internationale), nổi tiếng với các bài nghiên cứu và phê bình văn học.

Nhà văn Ngô Thế Vinh với những tác phẩm như Vòng Đai Xanh, Mekong Dòng Sông Nghẽn Mạch, Mây Bão, Mặt Trận Ở Sài Gòn, Gió Mùa,....

Nguyễn Bá Trạc -Tác phẩm: Bốn Mươi Năm Nói Láo, Ngàn Dặm Lênh Đênh. Sinh hoạt nổi bật: Nhà báo, nhà văn với những tác phẩm phê phán xã hội sắc bén, đặc biệt nổi tiếng với những tùy bút và hồi ký về cuộc đời lưu vong.

Kể thêm về thành quả thi ca văn học của văn nghệ sĩ *Trường Khanh Hà Nguyên Du,* ông là tác giả mang vài danh hiệu như Soạn giả cổ nhạc, Nhạc sĩ tân nhạc, nhà văn, nhà thơ, chủ một nhóm văn thi sĩ,... trong danh sách được biết nhiều là Nhà thơ Hà Nguyên Du, với những thông tin chi tiết về cuộc đời và sự nghiệp của ông như sau:

Nhà thơ Hà Nguyên Du
Sơ nét tiểu sử:
Tên thật: Nguyễn Phương Hà *(Ngã Phương Huyền)*
Quê quán: Tây Ninh, Việt Nam
Di cư: Sang Mỹ theo diện HO.5 năm 1990.

Sự nghiệp văn chương:

Sáng tác và Xuất bản:

Hà Nguyên Du là một Nhà thơ nổi tiếng với nhiều tác phẩm thơ phong phú. Ông đã xuất bản các tập thơ đáng chú ý như:

Trong Mùa Lá Xanh (in chung 1970)
Lối Khác (1998) NXB Tân Thư - - Hoa Kỳ
Anh Biết, Em Yêu Dấu (2001) NXB Tự Lực Hoa Kỳ
Gene Đại Dương (2003) NXB Tạp Chí Thơ -Hoa Kỳ
45 Bài Ca Tân Cổ Giao Duyên (2005) XB/ Trường Khanh
46 Bài Ca Tân Cổ Giao Duyên (Tài bản NXB VHM 2018)
Vầng Thơ Trên Đóa Quỳ NXB VHM 2018)
Thơ Toàn Tập 1 Hà Nguyên Du (NXB/ VHM 2021)

Ông cũng đã thực hiện một *CD phổ 13 bài thơ Tân Hình T hức của các tác giả trẻ trong nước và hải ngoại (2013).*

Vai trò trong cộng đồng văn học:
Sáng lập Tạp chí Văn Học Mới:

Hà Nguyên Du là người sáng lập và điều hành tạp chí Văn Học Mới, một ấn phẩm quan trọng trong cộng đồng văn học Việt Nam hải ngoại. Tạp chí đã ra mắt vào tháng 11 năm 2018 và đã thực hiện đến số 33, vinh danh nhiều nhà thơ và tác giả nổi tiếng.

Góp phần vào việc phát triển văn học nghệ thuật: Ông đã không ngừng đóng góp cho nền văn học, không chỉ qua các tác phẩm của mình mà còn thông qua việc hỗ trợ và phát triển các tài năng trẻ trong cộng đồng.

Hoạt động báo chí và truyền thông:

Sang Mỹ, chỉ hai năm sau, *Hà Nguyên Du đã cùng với Hoàng Triều Dương, Nhất Chính, và Nguyễn Thanh Tùng đã thành lập tờ tuần báo Đông Tây Thời Báo, đóng góp vào việc đưa tin và quảng bá văn hóa và văn học Việt Nam hải ngoại.*

Những đóng góp đáng chú ý nhất của Hà Nguyên Du: Luôn mạnh bước sáng tạo nghệ thuật:

Hà Nguyên Du nổi bật với phong cách thơ Tân Hình Thức **"mở"** *và thể hiện sâu sắc các chủ đề về tình yêu, cuộc sống và xã hội.*

Gắn bó với cộng đồng:

Ông không chỉ là một Nhà thơ mà còn là một nhà tổ chức, một người góp phần duy trì và phát triển nền văn học Việt Nam trong cộng đồng Việt Nam hải ngoại.

Hà Nguyên Du là một tác giả quan trọng trong nền văn học Việt Nam, đặc biệt trong cộng đồng người Việt sống ở nước ngoài, với nhiều tác phẩm và hoạt động có ảnh hưởng sâu rộng.

Nhà thơ Hà Nguyên Du có những điểm đóng góp tỏa sáng nổi bật trong văn học và cộng đồng văn học nghệ thuật hải ngoại, bao gồm:

1. Đổi mới thể loại thơ:

Phong cách Tân Hình Thức: Hà Nguyên Du là một trong những nhà thơ tiên phong củng voi81 người chủ xướng phong trào là Nhà tho8 Khế Iêm, trong việc sáng tạo và phát triển thể loại thơ Tân Hình Thức. Thơ của ông thường có cấu trúc mới mẻ, sử dụng hình ảnh và biểu tượng độc đáo, mang lại một làn gió mới cho nền thơ ca Việt Nam.

Đưa thơ vào đời sống: *Ông đã thành công trong việc kết hợp các yếu tố hiện đại với truyền thống, tạo ra những tác phẩm vừa gần gũi với đời sống hàng ngày, vừa giữ được sự tinh tế và sâu sắc của thơ ca.*

2. Sáng lập và điều hành Tạp chí Văn Học Mới: Cống hiến cho văn học: Tạp chí Văn Học Mới, do Hà Nguyên Du sáng lập, đã trở thành một nền tảng quan trọng cho các tác giả và nhà thơ, đặc biệt là những cây bút trẻ, để giới thiệu và phát triển tác phẩm của họ. Tạp chí đã giúp làm sống dậy tinh thần sáng tạo và khát khao văn học trong cộng đồng.

Vinh danh tác giả và tác phẩm: Tạp chí đã tổ chức nhiều số đặc biệt vinh danh các nhà thơ lão làng và các tác giả có đóng góp lớn cho văn học, như số 33 vinh danh nhà thơ Hoàng Xuân Sơn.

3. Tạo điều kiện cho các tài năng trẻ:
Hỗ trợ và phát triển:

Hà Nguyên Du không chỉ sáng tác mà còn tích cực hỗ trợ các tài năng trẻ trong cộng đồng văn học. Ông đã tạo ra môi trường thuận lợi để các tác giả trẻ có thể phát triển và thể hiện tài năng của mình.

Những đóng góp của Hà Nguyên Du không chỉ dừng lại ở việc sáng tác thơ mà còn mở rộng ra nhiều lĩnh vực khác như tổ chức, truyền thông và phát triển văn học. Ông đã góp phần quan trọng vào việc duy trì và phát triển nền văn học Việt Nam ở hải ngoại.

Xin kể đặc biệt riêng và đầy đủ sự nghiệp văn chương, báo chí và âm nhạc của Nhà thơ Hà Nguyên Du

Nhà thơ Hà Nguyên Du (Nguyễn Phương Hà) là một nhân vật quan trọng trong nền văn học Việt Nam, với sự nghiệp phong phú ở nhiều lĩnh vực. Dưới đây là cái nhìn tổng quan về sự nghiệp của ông:

1. Âm Nhạc
Sáng tác và phổ nhạc:

Hà Nguyên Du không chỉ là một Nhà thơ mà còn là một Nhạc sĩ, đã sáng tác nhiều bài hát và phổ nhạc cho các tác phẩm thơ của mình. Những bài hát của ông được trình diễn bởi nhiều danh ca nổi tiếng ở hải ngoại, góp phần làm phong phú thêm nền âm nhạc Việt Nam.

Tóm Tắt:

Hà Nguyên Du đã đóng góp rất nhiều cho nền văn học và nghệ thuật Việt Nam thông qua các tập thơ nổi bật, sự sáng lập và điều hành tạp chí Văn H Mới , cũng như công việc trong lĩnh vực âm nhạc. Ông không chỉ là một Nhà thơ tài năng mà còn là một Nhà báo và Nhạc sĩ có ảnh hưởng, giúp kết nối và phát triển văn hóa Việt Nam ở cả trong và ngoài nước.

Nhân dịp tập san Văn Học Mới bước sang năm thứ 8 hay 33 số tạp chí với bài vở súc tích, giá trị, người viết bài xin thành thật chia vui cùng Văn Học Mới và Văn Nghệ Sĩ **Hà Nguyên Du.**

Nhất là không quên hết lời ca ngợi tấm lòng thừa dũng cảm của anh đã mạnh bước tiến thăng hoa nổi bật nhất là số 34 sắp tới đây, sẽ trở thành tờ báo lại cũng là tờ báo đầu tiên trở thành Nguyệt san Văn Học Mới. Nghĩa là tạp chí Văn Học sẽ phát hành một năm 12 số, mỗi tháng sẽ có 1 số trên tay quý tác giả và bạn đọc khắp nơi với bài vở không không thiếu hay không kém giá trị như 7 năm qua. Chỉ có thể theo chủ trưởng là hạ bớt số trang lại chỉ côn "không quá 250 trang"

TRẦN VIỆT HẢI

Sáng lập viên Liên nhóm Nhân Văn Nghệ Thuật & Tiếng Thời Gian. aka kiêm, Hoàng Nam Bút Sĩ, cộng tác viên thường trực Ban Biên Tập Văn Học Mới.

Los Angeles, 26/ 08/2024.

NGUYỄN -HÒA-TRƯỚC

Bóng nắng

Vỉa hè gắt gỏng hở trưa
võng hồn tôi đốm đu đưa bọt bào
hôm rày đường vắng phố cao
xác đi bóng đứng vịn cầu lá me.

Quạt nan từng lát nắng khe
nhuộm nhân hình tấm giấy xòe bổng bông
góc âm u bớt bợt hồng
phần lai láng nhất đã mông muội nhiều.

Cà phê váng nặng đìu hiu
xắc băng thỏi ngái ngủ khều xuống rây
vẽ em bằng kém hoa tay
áo xiêm rãnh rọc nơ choài thắt lưng.

Mắt viền ren cấn bưng bưng
nhắm nghiền ảnh nháy rập rung chân mày
thở ra cuống nhạt thênh gầy
hít thơm em ướp củ mây mẩy tình.

Lâm râm bài học dưỡng sinh
hát câu tập chú bập bềnh bóng xa
xé hờ miếng gió ghé qua
ném vào lặng ngắt mẻ loa giọng cười.

Bè nguây nguẩy nắng neo khơi
bẻ vi con sóng đục bơi nhập nhằng
Em lành yên vị tịnh thân
tôi chưng cất chữ ngoáy vần nồi tim

củi gầm lửa nỏ tro lên
thơ sôi tăm ý chưa men dậy thì.
Mở lòng em cứ cho đi
cái môi gọi gió cái mi trải diều

lần rìa tối mỏng trăng xiêu
thả gàu tóc bạc khói chiêu mịt mùng.
Tôi ngồi lại với mông lung
thương quen với thiếu lạ dưng với đầy

lộ trình bấm đốt ngón nhay
bước bao nữa vẹt gót hài vân du?
Rồi im thóc nín câm hư
ước như trẻ cuộn nôi ru một lần.

NGUYỄN -HÒA-TRƯỚC
(bản 2; 08-2024)

HÀ NGUYÊN DU
Về bài Tản Thơ # 6 của Nữ sĩ San Phi:
NGỌN NÚI ĐÀO HOA [6]

Gió muốn nói gì, sao cuốn vào ta buốt da thịt .
Mưa muốn nói gì, sao phủi sạch từng cánh hồng đào rơi ”

Lần trở lại khu rừng ngàn dặm “*Thập Lý Đào Hoa*“.

Ta nghe tiếng gió gào thét giữa lưng chừng hoài ưu lãnh sắc, âm hương xưa dường như trở lại, song chiếu nhân can, ta cảm tưởng như có hàng vạn ánh mắt sắc bén nhìn chăm chú về phía ta, Một mảnh vân hoàn thắp lên nghe nhịp tim đập liên hồi.

Một rừng đào hồng rơi lãng đãng, phủ kín địa trần thiết đặt, phi phiêu nhiên mang những bông tuyết trắng tinh, như làn da thiếu nữ ngọc băng tý hàn, lòng ta tương mang trước vẻ đẹp tinh tế mà tạo hóa đã mang ta lạc vào giang sử nhân dữ nhất.

Từng cơn rét đậm buốt thịt da, Ta hít một ngụm khí lạnh vào miệng, hơi thở ra bỗng hóa thành sương trắng cơn lạnh gầy nắng xanh xao, cuốn theo chiều gió từng cánh hồng đào phất phơ những tàn cây đung đưa, ta bỗng thấy lòng mình băng tuyết, như vừa chia tay anh hôm qua.

Cảnh tượng lập lại trong ta, ta không còn phân biệt đâu là thật, đâu là mơ.

Ta liên tưởng, ta và anh còn nợ nhau nguyện tình khuê trung, một thuở nào còn vương vấn chăng?

Vườn đào lại chín rồi đó anh!

Từng cánh hồng lất phất rơi, luồn phong bất đới yên nhẹ dịu, gió trời như cố chi cùng cơn băng tuyết tâm can, dao liên hoa như réo nhặt hồn ta từng cánh hồng úa, như chính anh, lạnh lùng như bắc cực, dù nắng còn long lanh chút thủy tinh vàng trên cành hoa yếu đuối. giang thượng sử vân sầu đơn lẻ.

"Là một khúc đoạn hữu luân phải thế không anh ?".

Ngày ta gặp anh, ngay tức khắc, ta nhận ra số phận đã an bài cuộc gặp gỡ định mệnh.

Duyên phận giữa ta và anh, kiếp trước có thể là rất sâu, trải qua bao kiếp sống ngàn năm vẫn hội ngộ tương phùng.

Ta ước thời gian ngừng lại để ta có thể đắm mình thật lâu vào vườn tình địa đàng, hư huyễn đến mê hồn, thật như đã hẹn nhau, từ tiền kiếp phải thế chăng?

Tận cùng sâu thẳm con tim nhớ nhung, cái nhớ quay quắt dường như lay động đất trời!

Ta thiền với tâm tình trầm lắng, như cố níu kéo chút ngày còn lại, lòng nhủ thầm, khi nhìn qua ráng trời pha sương cô quạnh tịch liêu. Bất sử sầu nhân lặng lẽ đi qua đời ta nhẹ nhàng không hẹn ước.

Ta nghe như đất trời thay áo, một cơn gió nhẹ nhàng cũng làm ta ngây ngất, gió nhẹ lay vang lên những âm điệu thanh dao khả lướt thướt thang ty huyền. một khúc hát xa xưa thoảng hương đầy thơ mộng, xua tan đi cánh băng giăng đầy trong tim, khi ngọn khói nắng phiêu du.

Chẳng hiểu vì sao!

" Dường như kiếp trầm luân hoang sơ, và ta nghe như có làn hương mộc miên bay trong gió ".

Tình sương trong làn gió bay
Rót vào ta nghe như bóng gầy
Viết lên hương yêu nồng nàn
Bản tình xưa lần ***thức mây***

Ta ôm cánh mộng mê tìm nắng
Khi đêm về khuyết sau dấu chân
Ta tắm mình bằng giọt u buồn
Phủi sạch mắt tình hằng vương, chăng?

Dài như nắng và xa như yêu anh
Phút mê hồn lướt qua ta phủ sóng
Lung linh như giọt sương còn đọng
Gió lay ...
Sợ rơi mơ nhiều.

không dưng mây đen trong chiếc gió đã vỡ đêm qua, thức chầm chậm nhẹ nhàng đau đáu thuở xa xưa, một câu chuyện tình kỳ bí, nỗi nhớ mong tràn ngập trong từng hang hốc tình.

Trong anh, trong ta, lắng đọng thiên Thu ,

Tuyệt vời làm sao từ vần thơ vẫn âm thầm dậy hương, vương vương giọt lệ ngân can tình nồng chưa từng tan biến, lời hẹn ước sống mãi trong tiềm thức ta, như khu rừng ngàn dặm thập lý đào hoa rơi xuống tận cùng, dưới chân trời miên man vô tận.

"Ta- anh, ôm từng con chữ ước thề".

Dẫu có ngậm ngùi níu trên khoảng thinh không hư huyễn, ta tìm thấy nhau qua giấc mộng. Và bài thơ tình yêu xa ngọt ngào tha thiết ước hẹn "ra đời".

Những ghi chép lại qua từng sát na, khởi lên một vùng trời diễm tình mơ mộng.

Ta buông xõa cánh mềm hệ lụy, để mặc tình rung cảm cuốn trôi hồn ta bồng bềnh phiêu lãng, ta ngây dại như nguyện chấp nhận sự ràng buộc của con tim.

"Như con thiêu thân lao mình vào lửa".

Ta vùng vẫy trở chiều nào cũng buốt nhói, ta lao vào anh, dù biết rằng cửa chết cũng nguyện cam lòng.

Ta lao vào anh như một cánh chim tự do bay lượn bồng bềnh phiêu lãng trên không trung, ta mường tượng chạm vào từng góc khuất, nhung nhớ, yêu thương, dỗi hờn…

Khi nỗi cô đơn giằng xé cứa rát lòng ta rưng rưng. Cầm mình ngập ngua dòng chảy từng đêm tắm mình, không ào ạt mà rả rích, từng giọt, từng giọt, từng giọt, đủ ngấm, đủ đọa đày ngọn cỏ xanh non.

Có chăng, ta vẫn bình thản ngắm nhìn một nhành hoa lạc, biết rõ là chẳng thế phục nghinh ở lại, biết rõ là, chỉ một cơn gió nhẹ thoảng qua cũng đủ sức cuốn vào không trung.

Ta gặp anh từ những giấc mơ, biết rõ là chẳng thể trở mình, anh là người mà ta chấp nhận đời này trầm luân, vẫn nhắm mắt buông thả mình lạc vào mê trận.

“Ta nguyện mãi yêu anh”

Nếu có thể yêu thương thêm một ngày thì yêu thêm một ngày, nếu có thể yêu thương thêm một giờ thì yêu thêm một giờ, hoặc nếu, chỉ có thể yêu thêm một phút, một giây, ta vẫn chọn yêu anh.

Dù, ta và anh điều hiểu, có tiếp tục đi tiếp cũng chẳng có tương lai. Ta - anh, điều hiểu sai người và sai cả thời điểm, nhưng chẳng thể nào dừng lại.

Thơ. xưa về, từ mong manh
Gieo vào đời ta hạt giống tình
Bút còn lưu hương nồng nàn
Uống mơ xa trăn trở đêm

Anh chuốc say ta bằng men mực
Như phép màu biến hóa đường tơ
Ta khát từng giọt mắt mơ hồ
Ước hẹn cùng tình lỡ làng trăng

Vị của muối và mật của xa xưa
Giọt bắn tình êm như khúc hát
Ta yêu dường như đôi chim lạc
Khẽ thôi …
Em sợ tan chiều.

Trên dòng đời đầy ngổn ngang, dấu một thời hoa rơi tê tái đầy lá vàng, lất phất trong không gian, những chiếc lá rơi tựa bức màn không.

Bất chợt, một ánh nhìn xa xăm, một nụ cười thánh thiện, một bờ vai vương màu rêu đá núi thiên dạ lạc phi miên.

"Xa lạ, bỗng thân quen".

Trong lòng ta dậy lên niềm cảm xúc tuyệt vời.

Ta -anh- chúng ta, chẳng ai có đủ mạnh mẽ, kiên cường, trước trêu đùa của thượng đế.

"Anh bảo chẳng thể thay đổi định mệnh,
Nếu yêu thương là số phận thì sao phải kiếm tìm ".

Trải qua từng hơi thở cuộc đời, lửa mặt trời thở dài nỗi niềm miên viễn. ru vào cõi trần ai mộng mị, âm ỉ câu hát du dương, bản tình ca bất tận.

Ta-anh- chúng ta, có thể gồng mình tỏ ra mạnh mẽ, tỏ ra yêu đời, nhưng cái xót xa tiếc nuối tận cùng sâu thẳm, hình bóng vấn vương, khiến con tim xé toang cái khoảng thinh không ảo diệu, càng tỏ ra mình ổn thì bản thân càng gào thét, càng mạnh mẽ thì càng yếu đuối, càng cười nhiều thì càng thấy trống trải, càng vô tư lại càng lắm ưu phiền.

"Làm sao, ta có thể ngăn nắp tâm hồn lành lặn đây".

Anh bảo rằng ta hay tận hưởng niềm vui hiện tại, những cảm xúc tuyệt vời như một người tình, nguyện bước bên nhau.

Cảm xúc của ta và anh là một thứ gì đó nhỏ bé có phải không anh?
chỉ xuất hiện trong từng khoảnh khắc nhỏ, nó "giam mình".
bởi những nguyên tắc của bản thân mỗi người.

"Mà có nguyên tắc nào không thể bị phá vỡ phải không anh?".

Thời gian, những sắc màu ấm nóng, vô thanh, mong manh mơ màng hư ảo, sẽ nuốt chửng ta từng phút giây.

Nhớ người
Người có biết chăng
Màu áo xưa
Đã phai dần chỉ thêu
Nhưng sao chẳng phai tiếng yêu!
Người đã xa nắng đã tiều tụy mây

Soi mình ngắm. giọt - say- cay
Đêm từng đêm
Bóng ai cài phất phơ
Trăm lần thức. Níu trăm mơ
Trăm lần thao thiết ngu ngơ
Tìm.   về

Khoảng trời riêng
Giăng giăng mê
Sương khuya chiều đặc

Phía xa xăm tình
Người đi để lại chút tin
Để ta ôm lấy lòng mình. thiền mơ

Rồi ta hiểu rằng, không có một điều gì có thể dễ dàng có được như mình mong muốn, dẫu rằng sẽ có những rào cản, thử thách, muốn đạt được những điều mong muốn phải cố gắng rất nhiều, tình yêu không là một món quà tặng, mà cần lắm sự cố gắng hết mình để nhận lấy.

Đã bao lần, ta rằng như chết đuối ngập ngua, ta gồng mình tự ta chiếc phao cứu lấy ta.

Tuổi xuân lặng lẽ đã qua đi không bao giờ trở lại, ta ngắm nhìn lạc phi hoa nằm trơ mong manh. nở rồi lại rụng bốn mùa, Xuân- Hạ -Thu -Đông.

Nhưng con tim có những lý lẽ riêng, ta vẫn ngây ngốc âm thầm đợi chờ một kỳ tích.

Ta sợ những giọt nắng chiều buông, là thấy lòng ngây ngây buồn, giọt nắng chiều hình như đang khẽ nói, nắng đang yếu dần, rồi sẽ tắt.

Ta vẫn cố bình thản ôm lấy lòng mình, vẫn bình thản nói:

"không sao, ta vẫn ổn"...

Yêu chưa trọn nên lòng còn tiếc nuối, những sắc màu xanh tươi tắn ra sao, rồi cũng đến ngày sẫm màu, vuốt ve khoảng thời gian dài như vô tận, đến tận cùng đời…

Ta ngày ngày ngóng đợi một sự tồn tại vắng bóng bên đời, như một cánh thiên đi đã từng phục nghinh trên ngọn cỏ biếc.

Ôi! Bóng hình ai đã phảng phất ngang qua rồi phất dạng, dạ tiếu vấn giữa cõi trần gian này.

Rồi nắng tan đêm đến, anh rời đi, cõi nhân sinh này chỉ còn lại mình ta.

Ta thét gào tự hỏi, rốt cuộc mình đã làm sai điều gì, mà chẳng thể giữ lại nổi một con người?

"Một cánh hồng đào nhỏ
Mang mang vạn trầm luân".

Govap November 12, 2023

Phê Bình Bài Tản Thơ # 6 - "Ngọn Núi Đào Hoa – 6 " của Nữ Sĩ San Phi

Nữ sĩ San Phi, trong bài **Tản Thơ # 6** ***"Ngọn Núi Đào Hoa*** **- 6 "** đã thể hiện một **bức tranh tâm hồn** đầy *u uẩn và lãng mạn.* Bài thơ là một hành trình *xuyên qua ký ức và hiện thực,* nơi những cảm xúc mãnh liệt của tình yêu và nỗi nhớ đan xen nhau tạo thành một tác phẩm vừa sâu sắc vừa mơ hồ.

Cảm Hứng và Không Gian Thơ:

San Phi đã tạo dựng nên một không gian thơ đầy huyễn hoặc với hình ảnh của "Thập Lý Đào Hoa," một khu rừng ngàn dặm với hoa đào rơi rụng, gợi lên sự mộng mơ, nhưng đồng thời cũng đầy nỗi buồn man mác. Bức tranh thơ này dường như là sự phản ánh của một tình yêu không trọn vẹn, nơi kỷ niệm và thực tại hòa quyện, khiến người đọc cảm nhận được sự mênh mang và cô độc.

2. Sự Tinh Tế Trong Ngôn Từ:

Nữ sĩ đã sử dụng ngôn từ một cách rất tinh tế, với những câu thơ như *"Gió muốn nói gì, sao cuốn vào ta buốt da thịt,"* hay *"Ta hít một ngụm khí lạnh vào miệng, hơi thở ra bỗng hóa thành sương trắng."*

Những câu thơ này không chỉ gợi lên cảm giác về thời tiết

và không gian, mà còn làm *nổi bật sự lạnh lẽo và cô đơn trong lòng nhân vật*. Ngôn ngữ được chắt lọc kỹ lưỡng, mang lại cảm giác *tinh khiết* nhưng cũng đầy đau đớn.

3. Hình Ảnh và Biểu Tượng:

Hình ảnh *"hoa đào rơi"* và *"băng tuyết"* xuất hiện xuyên suốt bài thơ, trở thành những biểu tượng mạnh mẽ cho sự mong manh và tàn úa của tình yêu. Những hình ảnh này không chỉ là sự *miêu tả cảnh vật, mà còn là phương tiện để diễn đạt cảm xúc sâu sắc của tác giả. San Phi đã khéo léo sử dụng các biểu tượng thiên nhiên để phản ánh nội tâm phức tạp của mình.*

4. Nhịp Điệu và Âm Hưởng:

Bài thơ mang một nhịp điệu chậm rãi, phù hợp với không gian lắng đọng của tình yêu và nỗi nhớ. *Nhịp thơ dường như đồng hành cùng với nhịp đập của con tim nhân vật chủ thể* , tạo ra một sự đồng điệu giữa hình thức và nội dung. Âm hưởng của bài thơ, với những câu dài … ngắn … xen kẽ, góp phần làm tăng thêm cảm giác *mơ màng và lạc lõng.*

5. Cảm Xúc và Suy Ngẫm:

San Phi đã dẫn dắt người đọc vào một cuộc suy ngẫm về tình yêu, thời gian và sự mất mát. Những cảm xúc trong bài thơ không chỉ dừng lại ở sự lãng mạn mà còn đi sâu vào những nỗi niềm, những câu hỏi về định mệnh và sự ngắn ngủi của hạnh phúc. Đặc biệt, câu hỏi *"Có tiếp tục đi tiếp cũng chẳng có tương lai.* Ta - anh, điều hiểu sai người và sai cả thời điểm, **nhưng chẳng thể nào dừng lại.**" đã chạm đến một thực tại đau lòng nhưng rất *chân thực trong tình yêu.*

6. Tóm lại:

"Ngọn Núi Đào Hoa 6" của San Phi là một tác *phẩm tản thơ đầy sức hút*, nơi mà cảm xúc và hình ảnh hòa quyện với nhau để tạo nên một bức tranh tâm hồn vừa đẹp vừa buồn. Bài thơ không chỉ là một câu chuyện về tình yêu, mà còn là một *hành trình nội*

tâm đầy những suy tư và trăn trở. San Phi đã thành công trong việc tạo nên một tác phẩm vừa tinh tế về ngôn từ, vừa sâu sắc về cảm xúc, khiến người đọc không chỉ *thưởng thức mà còn phải suy ngẫm!!*

Trong ngọn núi đào hoa # 6 có những bài thơ cần phân tích *cái hay* :

Thơ. xưa về, từ mong manh
Gieo vào đời ta hạt giống tình
Bút còn lưu hương nồng nàn
Uống mơ xa trăn trở đêm

Anh chuốc say ta bằng men mực
Như phép màu biến hóa đường tơ
Ta khát từng giọt mắt mơ hồ
Ước hẹn cùng tình lỡ làng trăng

Vị của muối và mật của xa xưa
Giọt bắn tình êm như khúc hát
Ta yêu dường như đôi chim lạc
Khẽ thôi …
Em sợ tan chiều.

và bài:
Nhớ người
Người có biết chăng
Màu áo xưa
Đã phai dần chỉ thêu
Nhưng sao chẳng phai tiếng yêu!
Người đã xa nắng đã tiều tụy mây

Soi mình ngắm. giọt - say- cay
Đêm từng đêm
Bóng ai cài phất phơ
Trăm lần thức. Níu trăm mơ

Trăm lần thao thiết ngu ngơ
Tìm.   về

Khoảng trời riêng
Giăng giăng mê
Sương khuya chiều đặc
Phía xa xăm tình
Người đi để lại chút tin
Để ta ôm lấy lòng mình. thiền mơ

Bài thơ đầu tiên ***"Thơ xưa về, từ mong manh"*** và bài thơ thứ hai ***"Nhớ người"*** đều chứa đựng những hình ảnh lãng mạn, trữ tình, và đầy xúc cảm. Dưới đây là phân tích cái hay của từng bài thơ:

1. Bài thơ: *"Thơ xưa về, từ mong manh"*

Hình ảnh và biểu tượng:

Bài thơ mở đầu bằng hình ảnh thơ xưa về như một yếu tố mong manh, nhưng lại có sức mạnh gieo vào lòng người hạt giống tình. Hình ảnh *"bút còn lưu hương nồng nàn"* thể hiện sức sống của nghệ thuật thơ ca, giống như mùi hương nồng nàn, lâu phai. Điều này tạo nên một sự kết nối giữa quá khứ và hiện tại, giữa thơ xưa và cảm xúc hiện thời.

Hình ảnh *"anh chuốc say ta bằng men mực"* là một **phép ẩn dụ tuyệt đẹp**, miêu tả sự mê đắm và lôi cuốn mà nghệ thuật mang lại, như một thứ rượu say, mà không thể nào cưỡng lại. *"Phép màu biến hóa đường tơ"* tượng trưng cho sức mạnh sáng tạo của nghệ sĩ, làm cho cuộc sống trở nên lung linh và huyền diệu như những đường tơ mỏng manh.

Nhịp điệu và cảm xúc:

Bài thơ có nhịp điệu mềm mại, du dương, tạo cảm giác như đang trôi lơ lửng trong dòng suy tưởng. Từng câu thơ như một dòng chảy liên tục của cảm xúc, từ khát khao đến mơ hồ, từ mong đợi đến tiếc nuối.

Phép đối lập trong câu *"Vị của muối và mật của xa xưa"* nhấn mạnh sự pha trộn giữa ngọt và đắng, giữa quá khứ và hiện tại, tạo nên một cảm xúc phức tạp nhưng đầy sâu sắc. Đặc biệt, câu cuối *"Khẽ thôi ... Em sợ tan chiều"* là một kết thúc nhẹ nhàng nhưng đầy ám ảnh, như một nỗi sợ hãi mơ hồ rằng khoảnh khắc hạnh phúc có thể tan biến bất cứ lúc nào.

2. Bài thơ: "Nhớ người"
Tình cảm và sự cô đơn:

Bài thơ này chứa đựng nỗi nhớ da diết và sự đau khổ của người yêu khi xa cách. Hình ảnh ***"Màu áo xưa đã phai dần chỉ thêu"*** tượng trưng cho sự phai nhạt của quá khứ, nhưng *"tiếng yêu"* vẫn còn nguyên vẹn, không phai. Điều này cho thấy tình yêu là một điều vĩnh cửu, dù thời gian có trôi qua, dù mọi thứ có thay đổi.

Hình ảnh *"Soi mình ngắm giọt say cay"* thể hiện sự tự kiểm điểm, tự nhìn nhận lại chính mình, nhưng đồng thời cũng là một biểu hiện của nỗi đau, sự tiếc nuối. Câu thơ này nhấn mạnh vào trạng thái tinh thần của người nói, ***lạc lõng và đầy đau khổ.***

Không gian và thời gian:
Không gian trong bài thơ được mô tả như một khoảng trời riêng "giăng giăng mê", với "sương khuya chiều đặc", tạo nên cảm giác u ám, mơ hồ. Thời gian trôi qua như là một sự chờ đợi vô vọng, với những "trăm lần thao thiết ngu ngơ", thể hiện sự bối rối, bất lực trong việc tìm lại quá khứ.

Câu cuối *"Để ta ôm lấy lòng mình. thiền mơ"* là một **kết thúc mở, đầy tính triết lý.** Nó vừa thể hiện sự buông bỏ, chấp nhận thực tế, vừa chứa đựng sự hy vọng, tìm kiếm an ủi trong giấc mơ và thiền định. Điều này làm cho bài thơ không chỉ là một biểu hiện của nỗi đau, mà còn là một hành trình tìm kiếm sự bình yên trong tâm hồn.

Tóm lại:

Cả hai bài thơ *hòa lẫn nhuần nhuyễn với những dòng tản văn mướt lụa và êm ái*, mang đến cảm xúc sâu lắng, với cách sử dụng hình ảnh và ngôn từ tinh tế, tạo nên những bức tranh tình cảm đầy sức gợi.

Bài thơ đầu tiên nhấn mạnh vào sự kết nối giữa quá khứ và hiện tại, giữa nghệ thuật và cảm xúc, trong khi bài thơ thứ hai lại tập trung vào nỗi nhớ và sự cô đơn, nhưng vẫn mở ra một cánh cửa hy vọng. Tất cả đều như một thỏi ngọc được bài tay tài năng khéo léo đã trác thành công một viên ngọc thật quý giá, xứng đáng được sự khen ngợi!!

HÀ NGUYÊN DU

Giai thoại:

Giai thoại về William Thomson: Siêu hình học là gì

Một sinh viên đến từ vùng cao nguyên đã học rất giỏi, và cuối kỳ đạt được khen thưởng về cả toán học và siêu hình học. Cha cậu rời khỏi trang trại và đến trường đại học để xem con mình nhận thưởng.

Thomson dẫn ông đi tham quan trường.

"Ông Thomson," Ông bố hỏi, "Toán học mà con tôi đạt được thưởng là cái gì vậy?"

Thomson trả lời, "Tôi vẫn nói với con ông rằng toán học nghĩa là xử lý các con số, và tính toán."

"Ra thế," Ông bố bảo. "Hẳn là nó được truyền cái đó từ tôi: tôi luôn luôn giỏi đếm lắm." Dừng lại một chút, ông bố lại hỏi: "Vậy Ông Thomson, siêu hình học là thứ gì vậy?"

Thomson trả lời, "Tôi sẽ ráng giải thích rằng siêu hình học là nỗ lực thể hiện sự vô cùng bằng ngôn ngữ."

Ông bố đứng lại và gãi đầu. "Ái chà, có lẽ nó được truyền cái đó từ mẹ nó. Bà ấy lúc nào cũng lảm nhảm không ngừng

MINH NGUYỄN

KHÓI TRONG SƯƠNG

Ngậm nơi miệng cành hoa hồng,Thuỵ Vy chạy đến nép mình bên bờ cửa sổ,nhìn sang khu công viên im vắng đang mãi ngủ vùi bên ngàn cánh lá lao xao.Mọi vật tưởng chừng sẽ nhoà đi sau lớp sương sớm ,nếu như không có chút màu nắng lung linh,phả hơi ấm vào chiếc đệm không khí ngoài kia, chưa chắc gì cô đã nhận ra con đường dốc cao treo trên tầm mắt.Con đường mà sáng nay cô trông nó giống như một thân cây cổ thụ cô đơn đứng bàng bạc trong mù sương.

Vô tình,Thuỵ Vy đặt hờ ngón tay trỏ lên vuông cửa kính đọng đầy hơi nước.Cô tần ngần vẽ lên đó từng nét vẽ vô hồn với những đường nét ngang dọc, mong làm vơi đi sự háo hức, đợi chờ bóng gã con trai xuất hiện từ đầu dốc cao.Gã con trai mà thường ngày vẫn đi ngang qua đây, để lại mùi thơm khói thuốc nơi chiếc tẩu dài ngoằng,cắm giữa đôi hàm răng trông rất nghệ sĩ.

Dưng không hôm nay bóng gã mất tăm từ nơi chốn mù khơi nào.Khiến cho sự mong đợi của Thuỵ Vy bỗng trở nên hụt hẫng.Cô bối rối.Hết nhìn dõi theo con đường dốc cao rồi lại quay nhìn sang khu công viên.Cô thầm hỏi "liệu gã con trai kia có còn mang chút hương thơm ngọt ngào của mùi khói thuốc đi ngang qua đây nữa không?".Ôi ! Càng nhắc tới gã,Thuỵ Vy càng nhớ tới mùi hương quyến rũ mà gã thường hay ngửa mặt nhả từng bụm khói thơm lừng lên khoảng trời đầy sương;làm cho cô cảm thấy thích thú như thể đang trôi nổi bồng bềnh bên thứ cảm giác ngây ngất,gần gũi đến thân tình.

Trong sân,những chiếc lá vàng vội vã xa cành.Chúng lao nhanh trong gió như từng cánh bướm chao lượn báo hiệu sang mùa. Thuỵ Vy mở cửa bước ra vườn.Mùi ẩm mốc bốc lên từ đám lá mục rữa ,gom thành đống tạo nên lớp mùn phân bón.Ở góc sân,mấy bông cúc vàng hé lộ ra một mùa thu chớm về.Chao ôi ! Lại sắp sửa phải rời khỏi cái thành phố với ít nhiều kỷ niệm lưu lại trong tâm hồn mình đây mà.Xin cám ơn mùa hè dấu yêu đã cho ta chín mươi ngày đứng bên bờ cửa sổ nhìn lên con dốc cao trên kia. Đợi chờ mỗi buổi sáng,để chỉ cần được hít hà chút mùi vị thơm tho toả hương ngan ngát khắp bầu trời mù sương.Xin cám ơn gã con trai mang dáng vẻ lãng tử bất cần đời, lê bước chân phiêu bạt đi ngang qua đây,đánh thức sự rung động đầu đời nơi trái tim yếu đuối của người con gái bằng chút hương lạ lẫm. Để rồi không ngày mai hoặc chậm hơn ngày mốt; ba sẽ xuống đây đưa ta trở về với từng buổi học,từng trang sách còn thơm mùi giấy mực.Và cũng từ nơi chốn đó,ta sẽ gặp lại hầu hết khuôn mặt bạn bè áo trắng,đạp xe tỏa ra khắp mọi nẻo đường đông vui ngày hội.

- Xin chào cô bạn nhỏ !

Một giọng nói êm ái phát ra từ một chỗ nào đó,nghe thật êm tai,bủa vây quanh Thuỵ Vy.Cô giật mình bước lùi vài bước. Đó là một gã con trai,gã có mặt trong khu vườn từ lúc nào.Sự xuất hiện của gã thiệt tình làm cho cô thêm bối rối.

Nhác trông thấy bóng Thuỵ Vy,gã con trai bèn rời chỗ đứng khuất lấp sau một bụi gai.Gã lúng túng nói những lời xin lỗi để mong được tha thứ.Thuỵ Vy nửa mừng nửa sợ.Cô mừng vì được đối diện với gã con trai mà mỗi sáng vẫn thường hay đi ngang qua đây cùng với mùi hương thơm ngát bỏ lại sau lưng.Còn cô sợ vì lẽ e ngại, lở có ai đó trong nhà bắt gặp cô đang đứng trò chuyện với người lạ,biết phải ăn nói,trả lời ra sao?

Do dự trong giây phút để tự trấn an bản thân,Thuỵ Vy đã lấy lại sự bình tỉnh,bèn cất tiếng hỏi:

- Anh vào đây bằng con đường nào?

Gã con trai thành thật đưa tay chỉ về phía hàng rào.

- Tôi vào bằng lối đó !

- Leo qua bờ rào ?
- Xin lỗi .Tôi buộc lòng phải làm như vậy thôi.
- Anh không sợ người trong nhà phát hiện,la toáng lên là nhà có trộm sao?
- Đã có cô đứng đằng sau vuông cửa kính rồi.
- Anh chủ quan quá thể.Hỏi thật,anh leo rào vào trong này để tìm gì?
- Nếu tôi nói ra e rằng cô sẽ cười tôi một trận.
- Ồ ! Có phải tôi sắp được nghe một câu chuyện ngụ ngôn chăng?

Không trả lời câu hỏi của Thuỵ Vy.Gã con trai bước tới ngồi cạnh gốc cây sần sùi nhô lên từ mặt đất.Từ đó gã thong thả lôi trong túi quần ra chiếc tẩu thuốc hình móc câu,ánh lên màu gụ đen nhẻm, bóng loáng cùng với chiếc bao da sẫm nâu. Dù khá lạ lẫm trước sự việc đang xảy ra;song cô vẫn chăm chú dõi theo từng động tác được xem ra khá thuần thục nơi gã.Cô suy nghĩ. Hẳn gã đang sẵn sàng cho một trò chơi nào đó chăng? Đúng như dự đoán của Thuỵ Vy.Gã con trai mở xoẹt dây kéo chiếc túi da đựng thuốc,nhồi nhét thật đầy chúng vào nồi thuốc. Xông gã cắm cái móc câu duyên dáng ấy vào giữa đôi môi.Bật quẹt kim loại kêu nghe đánh tách một tiếng keng.Tức thì ngọn lửa xanh bùng cháy, tạo ra đốm đỏ lập loè sau cái rít nhẹ hơi thuốc.Thật kỳ lạ chưa, những sợi khói trắng mờ ảo như có ma lực, quyện lẫn trong mớ hương thơm,biến cảnh vật quanh đây trở nên huyễn hoặc khôn lường.Thuỵ Vy không dám tin vào mắt mình.Cô cố loại bỏ tất cả mọi nghĩ suy thuộc về gã.Nhưng càng cố gắng bao nhiêu, hình ảnh của gã càng hiện hữu nhiều hơn với chiếc tẩu thuốc đang như ống khói tàu lửa cất cao cột khói,chạy băng băng qua cánh đồng phủ đầy tuyết.Long cô bỗng chùng lại. Cô nhìn chiếc tẩu thuốc.Ao ước được gìn giữ nó trong giây lát để nâng niu,nhìn ngắm nó cho thoả thích.Ôi ! Cái vật thể lạ lùng xiết bao.Nó khiến cho mớ tâm thức nơi cô dễ dàng đi lạc vào bất kỳ cơn mộng mị nào; ngỏ hầu tìm ra điều bí mật về mùi hương lãng đãng vây quanh.Bất ngờ Thuỵ Vy nhìn thoáng qua đôi bàn tay gã con trai.Đôi bàn tay đã nhiều lần đốt lên ngọn lửa huyễn hoặc với mùi hương ngọt ngào tẩm đẫm khung trời mù sương sớm mai.

Thấy Thuỵ Vy cứ nhìn xoáy vào đôi bàn tay mình làm gã ngượng ngùng,hỏi:

- Có vấn đề gì chăng?
- Xin lỗi ! Thật tình tôi muốn hỏi xem anh có bằng lòng cho tôi mượn chiếc tẩu thuốc kia một lát không ?
- Cô định hút thuốc ư ?
- Không ! Tôi chỉ muốn tìm hiểu một chút ít về mùi hương quyến rũ được phát ra từ nó.
- Cô nhầm lẫn mất rồi.Thật ra,cái tẩu thuốc chỉ nói lên cái hình thức bên ngoài;còn chút mùi vị thơm tho kia chính là nhờ những sợi thuốc sau khi được đốt cháy lên.
- Thật không ngờ.Xin cám ơn anh về những lời giải thích.
- Cô khách sáo quá.

Ngập ngừng trong giây lát, Thuỵ Vy đánh bạo hỏi nơi gã con trai:

- À ! Anh quên nói rõ lý do vì sao anh lại có mặt trong sân nhà tôi vào lúc này.Anh đánh mất vật gì chăng ?

Gã con trai nhoẻn nụ cười khinh bạc.Lúc lắc chiếc đầu có đuôi tóc dài chấm gáy,nói:

- Cũng không đến nỗi như vậy.
- Thế nhưng ,sao anh cả quyết cho rằng tôi nghe qua sẽ cười anh một trận ?

Thoáng chút suy tư hiện rõ qua vầng trán hơi cau lại .Gã con trai vụt nói thẳng vào vấn đề:

- Tôi muốn làm quen với cô?
- Anh làm tôi ngạc nhiên đó.Nhưng nói thật tôi không thuộc về nơi này.
- Tôi biết.Bởi tôi bắt gặp cô lạ hoắc từ khi cô vừa đặt chân tới đây.

Thì ra Thuỵ Vy đã bị phát hiện từ lâu,.cho dù cô khéo léo

nguỵ trang bằng cách đứng giấu mình sau lớp cửa kính dày.Khi hiểu được điều ấy cũng là lúc cô kịp nhận ra đâu là căn nguyên sự việc.Chính do sự phát hiện có người theo dõi mình, nên gã phớt tỉnh mọi chuyện; chờ đợi cơ hội thuận lợi giáp mặt cô với hy vọng sẽ tạo ra sự bất ngờ.Xem ra gã con trai này khá liều lĩnh, nếu không gã đâu dám tự tiện leo rào vào tận bên trong khoảng sân nhà, để chỉ xin làm quen với một cô gái; dù chưa biết rõ người ấy có bằng lòng hay không.Sự tự tin một cách thái quá về mình như vậy e không phù hợp với cô khi cô đang còn trong độ tuổi cắp sách đến trường .Thuỵ Vy cảm thấy có chút bối rối.Cô không biết phải nói thế nào để cho gã con trai kia hiểu rằng cô hãy còn nhỏ.Chưa thích hợp với trò chơi tình yêu; bởi ngoài gia đình,bạn bè,sách vở,trường lớp ra cô còn các kỳ thi cực kỳ quan trọng phía trước.Hơn nữa cô đâu phải là đứa con gái chẳng ra gì,ai muốn làm quen cũng được.Cô cần chứng tỏ mình hơn thế để cho gã con trai kia từ bỏ ý định hảo huyền ấy đi .Trong lúc cơn giận ập tới bất ngờ, cô sẵn giọng nói với gã:

- Anh là người không biết tự trọng.Dưng không anh leo rào vào nhà người ta rồi còn ép người ta làm quen với mình.

Nghe xong câu nói, gã con trai cảm thấy xấu hổ,mặt đỏ bừng lên vì e thẹn.Mãi lúc sau gã mới lấy lại sự bình tỉnh bèn ấp úng nói bằng giọng nghe thật tội nghiệp:

- Lần đầu tiên khi nhận ra cô đứng nhìn tôi sau lớp cửa kính,tôi bàng hoàng nghe thấy tim mình dậy lên nỗi niềm xao xuyến đến rung động.Tôi mong muốn được gặp cô ngay tức thì nhưng cô giống như giọt sương mong manh,thoáng hiện thoáng biến trong bầu trời sớm mai.Khiến tôi giống một gã si tình,đi lên đi xuống trên con đường này mỗi ngày không biết bao nhiêu lần.

- Anh mới lạ làm sao.Tôi đâu dễ bị xiêu lòng trước những lời tán tỉnh của anh.

- Xin cô cứ không tin nhưng đừng giận tôi.

- Anh có biết anh đã làm phiền tôi nhiều lắm không?

- Tôi biết.

- Giỏi ! Thế tại sao anh không sớm rời khỏi nơi đây mau lên, kẻo anh chị tôi trở về bắt gặp tình cảnh này,tôi biết ăn nói ra sao?

- Cô sợ anh chị mình trở về ư?
- Tất nhiên rồi.
- Vậy cô cho tôi một cái hẹn đi.

Vừa bị gã con trai bắt bí vừa sợ anh chị trở về bắt gặp nên Thuỵ Vy bực mình nhận lời bừa đi.

- Được.
- Vậy tôi sẽ chờ đợi cô cũng vào giờ này ổ cuối đường,sáng chủ nhật này.

Nói xong câu nói gã liền phóng đi như bay qua khỏi hàng rào.Đến nổi Thuỵ Vy chỉ còn kịp nhận ra cái dáng đi lom khom nơi gã từ bên kia đường.

Rồi cũng như bao buổi sáng vừa qua.Sáng nay Thuỵ Vy lại bước tới đứng nép mình bên cửa sổ nhìn lần cuối sang khu công viên.Nơi có con đường dốc cao mà gã con trai vẫn thường hay ngậm cái tẩu thuốc dài ngoẳng nơi miệng đi ngang qua đây, để lại trong không gian từng vòng tròn màu khói đượm thêm chút hương dịu dàng.Chỉ trong chốc lát thôi những gì cô có được qua kỳ hè này,sẽ phải lùi dần vào quá khứ để trở thành kỷ niệm.Cô cố mở to hai mắt nhìn ngắm,chạm tay tới chúng với mong muốn ghi lại nơi trí nhớ mình hầu hết những gì từng bắt gặp.Xin được cám ơn mùa hè thắm đỏ trên hàng phượng vĩ sân trường.Xin cám ơn thành phố mù sương đưa bước chân tôi tới bến bờ xa lạ một thời.Xin cám ơn gã con trai cho tôi được hít hà mùi khói thuốc thơm lừng.Xin cám ơn cái hẹn ở cuối con đường sáng nay mà tôi không bao giờ tới.Điều này gã con trai sẽ hiểu rằng: tôi khước từ lời đề nghị khiếm nhã mà gã dành cho tôi;bởi tôi chỉ yêu chút hương thơm lạ lùng thoát ra từ chiếc tẩu thuốc lên nước bóng ngời màu gụ,mà lần đầu tiên tôi được biết tới.

Có tiếng giày đang gõ đều ngoài hành lang.Thuỵ Vy biết ba cô đang tới.Cô tiến ra mở cửa:

- Chào con . Ba cô cười nói.
- Con chào ba.

- Một kỳ hè vui chứ?
- Dạ vui.
- Con đang làm gì hả?
- Con đứng nhìn thành phố lần cuối.
- Mùa hè tới con có muốn trở lại đây nữa không ?

Thuỵ Vy không vội vàng trả lời câu hỏi của ba.Làm sao có thể khẳng định được điều gì khi thời gian hãy còn nhiều ở phía trước?Cô cảm thấy có chút ân hận vì đã bắt gã con trai phải chờ đợi mình ở cuối đường.Cô tự hỏi “ sao mình lại ác độc nghĩ ra cái trò chơi ngu ngốc ấy nhỉ?”.Dù sao mọi chuyện cũng đã xảy ra,có muốn sửa chữa e không kịp.Ai bảo gã cứ bắt bí đòi cô phải cho gã một cái hẹn trong khi anh chị cô ra phố sắp trở về.Rõ đây là bài học nhớ đời cho các chàng trai phóng đãng.

- Thưa ba con đã xong rồi ạ ! Thuỵ Vy nói với ba cô.
- Con có chắc đã không còn quên gì chứ?

Quên gì ? Thuỵ Vy quay mặt đi, cố giấu nụ cười bí ẩn.Lúc lên xe cùng ba, cô tỏ ý muốn được đi quanh thành phố. Để làm vừa lòng con,ông cho xe quay đầu chạy về hướng cuối đường. Tội nghiệp gã con trai đang đứng chờ cô bên màu khói thuốc.Gã đâu biết rằng cô đã cố tình quên đi cái hẹn với một gã con trai cũng ở chính nơi này.Cái gã mà cô từng say sưa nhìn dõi theo đôi tay điệu nghệ của gã khi, vừa đánh quẹt châm thuốc vừa khum khum lưng bàn tay che gió,trông rất ngạo mạn.Gã là ai thế nhỉ?Gã làm gì trong thành phố này?Tội nghiệp ! Trông gã khá điển trai,dễ thương nhưng

Tội nghiệp ! Trông gã cũng khá điển trai, cũng khá dễ thương nhưng . . .

MINH NGUYỄN

LÂM HẢO DŨNG
Hoa Chiến Tranh

Những cánh hoa chiến tranh
tôi dâng đầy cảm khái
với những người hy sinh
đời vinh danh sùng bái

và bao kẻ quên mình ?
bằng ngôn từ hiến tế
vật phẩm là tù binh
hay giai tầng nô lệ…

nhưng trong hoa chiến tranh !
vấy buồn thân xác nhỏ
truyền thuyết một niềm tin
mặt trời luôn rực đỏ

khi gió mưa chuyển động
khi vũ trụ xoay vần
rừng xanh đâu hình bóng ?
bộ tộc người Mayan…

đi tìm trong thư cổ
lời giải trình hỗn mang…

LÂM HẢO DŨNG

LÊ NGUYỄN
Lời Thế Hệ Sau 75
Trên Đất Tạm Dung

Cảm ơn Mẹ
đã không ru con bằng những từ than van
mà lời mật rót ướp từ bao khúc Ca Dao
lưu ngàn năm dịu ngọt!
Mẹ đã dạy con lòng yêu thương
bài học đời số một
trên trang vơ⊠ lòng đậm ý nghĩa ân!

Mẹ! Vị Thầy đầu tiên
đã nhắc con
cội nguồn Tiền nhân
có Âu Cơ - Lạc Long
và Thần đồng Thánh Gióng
Sinh trên xứ người - nhờ có Mẹ
con không vội quên dòng giống
máu đỏ da vàng Việt tộc thân yêu

Xin cảm ơn Mẹ
Đã kể cho con nghe
những pho sử bi hùng
của một dân tộc từ ngàn năm bất khuất
gói trang đời Ngoai
một thời đầy uẩn ức
làm lính giữ quê hương
ngậm ngùi nhìn nước mất - nhà tan!

Lấy sở học Mẹ ơi
ngày mai con nguyện sẽ dấn thân
nối chí Ngoại phục hờn cho đất nước
Ngoại ẩn uất
Mẹ hằng sầu bao năm trước
Thế hệ chúng con
xin tiếp bước - dựng cờ!

Quê Việt thân yêu
sau bao năm lửa đạn mịt mờ
đã 48 năm được vinh tụng hồi sinh
vẫn kéo dài đói khó!
Ngày chúng con về
hoa sẽ rộ nở
trên quê nghèo Quốc Tổ
Mong còn nhìn Ngoại khóc mừng
ước nguyện đoàn viên!

LỜI CUỐI CỦA MỘT CHIẾN BINH TRẺ.

(Hướng tưởng hương hồn Hiền Hữu:
C
ố Thiếu Úy NGUYỄN VĂN QUẢNG)

Trận cuối
chiều xưa
giờ tắt thở
Sắp đi....
còn mấp mái bờ môi:
-» Kiếp sau...
nếu được...
đầu thai lại....
Lý tưởng....
tôn thờ....
vẫn....
một thôi....!»

LÊ NGUYỄN.

HUỲNH VIẾT TƯ

NGHIÊN CỨU ỨNG DỤNG VĂN HÓA-VĂN NGHỆ DÂN GIAN TRONG XÃ HỘI ĐƯƠNG ĐẠI

Nếu trước đây nghiên cứu văn hóa, văn nghệ dân gian chủ yếu là nghiên cứu cơ bản, tức sưu tầm, nghiên cứu và giới thiệu các di sản văn hóa truyền thống. Hiện nay, trong xã hội đương đại, với quan điểm phát triển bền vững thì văn hóa, văn nghệ dân gian cần phải chú trọng nghiên cứu đến sự phát triển, đang là yêu cầu cấp bách của cuộc sống. Việc nâng cao chất lượng sưu tầm, nghiên cứu và phổ biến văn hóa dân gian trong xã hội đương đại cần phải có cách làm mới với những yêu cầu mới, tầm nhìn mới, bởi các bản/ làng, các tộc người không thể tách rời sự phát triển chung của xã hội, các dân tộc thiểu số và đa số, người miền xuôi và người miền ngược, bởi khoảng cách này ngày càng thu hẹp về văn hóa, địa lý, kinh tế-xã hội,... bởi sự giao lưu, hội nhập trong nước và ngoài nước.

Theo tôi, nó cần phát triển như cách tiếp cận của Khoa học tự nhiên, ở hai lãnh vực: Nghiên cứu cơ bản và Nghiên cứu ứng dụng. Chúng ta cần nghiên cứu, nhận diện văn hóa dân gian trong môi trường bảo tồn động. Trong quy luật vận động của di sản văn hóa phi vật thể là tái sáng tạo trên cơ sở gốc. Nếu là các di tích vật thể, như các gươl, nhà sàn, đình làng, chùa… thì việc bảo tồn phải nguyên vẹn yếu tố gốc; còn văn hóa phi vật thể như các điệu múa, hát lý, các tập tục,… lại linh hoạt hơn. Bởi nó đã được sáng tạo, biến đổi, có thể là thụ động hay cưỡng bức từ dạng này sang dạng khác. Chính từ sự thích ứng đó mà xã hội loài người gắn với truyền thống để tồn tại và phát triển. Những thuộc tính này thể hiện trên nhiều bình diện như cách ứng xử của con người với môi trường tự nhiên theo hướng thích ứng và hòa hợp. Cách ứng xử này còn thấy ở ăn, mặc, cư trú, giải trí và quan hệ cộng đồng...

1.Thực trạng:

Những nỗ lực của các nhà nghiên cứu Văn hóa dân gian Việt Nam trong nhiều năm qua là rất lớn, đã góp phần không nhỏ khơi sáng mạch nguồn văn hóa - văn nghệ dân gian của các dân tộc Việt Nam. Khi mà chúng ta đang ở trong một thế giới chuyển động rất nhanh, do sự phát triển của khoa học-công nghệ, nền kinh tế tri thức và cơ chế thị trường tác động. Nay lại cuộc cách mạng số hóa, cuộc sống con người đã ảnh hưởng mạnh mẽ trong đời sống xã hội, khi mà chúng ta - lớp người trong hiện tại, chưa kịp sưu tầm, ghi chép, nghiên cứu thì sự rơi rớt các di sản văn hóa dân gian có giá trị là điều hiển nhiên.

Trong quá trình đi điền dã, tôi thấy có những hiện tượng văn hóa dân gian tưởng đâu rất đơn giản nhưng khi đi vào nghiên cứu thì khó lý giải. Đến nhiều vùng trong cùng một bộ tộc, ví dụ như dân tộc Cơ tu và các dân tộc thiểu số khác ở tỉnh Quảng Nam, thành phố Đà Nẵng, Quảng Ngãi, Vĩnh Phúc… ta thấy mỗi huyện, mỗi nơi người ta nhận thức một kiểu, ngay các già làng, trưởng bản khi lục lại trí nhớ của mình, mỗi người, mỗi đối tượng, độ tuổi khác nhau kể lại một phách, một phiên bản khác nhau.

Trong một xã hội vừa mới giã từ đời sống nguyên thủy, lại "đụng đầu" ngay với xã hội hiện đại, từ một điểm xuất phát giản đơn, con người của "núi rừng" bỗng chốc phải đối diện với một xã hội hiện đại, với quá nhiều thông tin, nhiều sự lựa chọn, hệ quả không tránh khỏi những "cú sốc" về mặt nhận thức, sự biến đổi về kinh tế, xã hội,… Những "hụt hẫng" về mặt tâm lý, tinh thần, từ sự chông chênh về trình độ nắm bắt thực tế. Khoảng cách ấy, tất yếu sẽ tạo ra những khó khăn trong tiếp nhận cái mới và những thành tựu về khoa học kỹ thuật hiện đại so với nhiều vấn đề đang tồn tại. Từ những ảnh hưởng sâu sắc bao đời của nền kinh tế truyền thống, thiết chế xã hội cổ truyền, phong tục, tập quán, đến đời sống tâm linh và những đặc tính của xã hội truyền thống.

Ngày nay điều kiện hưởng thụ văn hóa của dân chúng được mở rộng, nâng cao, những hoạt động văn hóa - thể thao, giải trí, du lịch đến từ thành phố và được phổ biến từ nhiều nước trên thế giới, mọi thông tin được người dân tiếp nhận trực tiếp qua mạng xã hội đã phủ sóng mọi miền đến điện thoại thông minh (smartphone). Họ thường chạy theo cái mới, cái lạ, tuy có những sự việc đem lại những tác động tích cực nhưng cũng có những sự việc tiêu cực vì chưa kịp suy xét, đánh giá, ít được quan tâm với tư duy phản biện trước khi áp dụng vào cộc sống. Về phía người nghiên cứu, chưa kịp cập nhật, đổi mới phương pháp, cách tiếp cận và sử dụng các công cụ mới để nghiên cứu, nên chất lượng thu hoạch các giá trị văn hóa dân gian còn nhiều hạn chế.

Điều kiện tiếp xúc với thực tế cuộc sống, thông tin hiện đại đã hình thành tâm lý phủ nhận truyền thống trong giới trẻ ngày nay. Với xu hướng là bộc lộ cái tôi - tư hữu, một cách mạnh mẽ dưới nhiều biểu hiện. Các bộ tộc ít người ảnh hưởng của xã hội người miền xuôi – chiếm đa số người , nơi có nhiều điều kiện phát triển và được giao lưu và tiếp nhận nền văn hóa, văn minh của thế giới tạo ra sự đa nguyên về văn hóa. *Giới trẻ ngày nay đang dần hướng đến những chuẩn mực và thị hiếu thẩm mỹ thay đổi, như một hình thức biểu lộ quyết tâm từ bỏ sự lạc hậu - đói nghèo, theo cách tiếp thu thụ động.* Có thể nói, đó là quá trình tan vỡ những giá trị cổ truyền cũng như sự hiện hữu, khẳng định cái mới chưa có sức thuyết phục mạnh mẽ từ các nhân tố mới, để tạo ra động lực cho sự phát triển bền vững. Đứng trên góc độ bảo tồn văn hóa, sự chuyển biến của xã hội là một tín hiệu cảnh báo về sự hao mòn, mất dần, nghèo đi những tài sản vô giá, có bề dày lịch sử, được xây dựng bởi nhiều thế hệ trong nhiều thế kỷ. Thực trạng chuyển biến trên, phản ánh xu hướng: *Cố gắng vượt qua và hợp nhất xã hội hiện đại và hòa tan các "nhóm văn hóa" của các tộc người.*

2. Nhận dạng và tiếp cận:

Hiện nay chúng ta cũng cần hiểu và xác định, văn hóa dân gian là một thực thể sống, luôn luôn gắn liền với đời sống và có tính kế thừa, nên việc tồn tại, nảy sinh và phát triển gắn với sinh hoạt văn hóa cộng đồng của quần thể cộng đồng bản/ làng hay một xã hội thu nhỏ của dân tộc đó. Từ sưu tầm, ghi chép, đọc tài liệu đến nhận thức, lý giải các hiện tượng văn hóa dân gian phải gắn liền với môi trường sinh hoạt văn hóa tại địa phương đó. Trong đó, vai trò quan trọng của cộng đồng gia tộc, cộng đồng bản/ làng giữ vị trí chủ yếu. Vì bản sắc của mỗi tộc người, đều được hình thành từ ngôn ngữ, tiếng nói, chữ viết, phong tục tập quán, lễ hội, tín ngưỡng… tại địa phương đó. Chính sự khác biệt này giúp chúng ta phân biệt sự khác nhau giữa dân tộc này với dân tộc kia hay tuy cùng một tộc người nhưng ở địa phương này cũng có những cái không giống với địa phương khác.

Văn hóa dân gian là sản phẩm sự phát triển của một xã hội nhất định. Do đó, việc sưu tầm, ghi chép và nghiên cứu là cách "Biến di sản quá khứ thành tài sản hôm nay" (1). Chính vì vậy, những vấn đề đặt ra tại các hội thảo khoa học về Văn hóa-văn nghệ dân gian: *"Phát triển lĩnh vực nghiên cứu ứng dụng, để nâng cao chất lượng sưu tầm, phổ biến rộng rãi các giá trị văn hóa dân gian trong xã hội đương đại"*(2), là một trong những giải pháp cấp bách đặt ra hiện nay. Bởi văn hóa nói chung và văn nghệ dân gian nói riêng, nếu được phát huy đúng mức, sẽ là "nguồn năng lượng nuôi dưỡng sức mạnh kinh tế và chính trị của mỗi quốc gia», để vượt qua thử thách, chúng ta cần phải khai thác thời cơ mà một thời đã không chú trọng đúng mức.

Văn hóa-văn nghệ dân gian Việt Nam đã xuất hiện trong lịch sử hình thành và phát triển của 54 dân tộc, tuy là một quốc gia độc lập nhưng rất đa dạng và phong phú. Nó là "văn hoá gốc", "văn hoá mẹ", tức văn hoá khởi nguồn, sản sinh và nuôi dưỡng các hình thức phát triển sau này, như văn hóa chuyên nghiệp, bác học, cung đình,… Văn hóa-văn nghệ dân gian còn là văn hoá của quần chúng lao động, mang tính bản địa, tính nội sinh cao. Trong xã hội đương đại, ranh giới các bản/ làng, các tộc người không còn đóng khung mà đang tiếp tục phát triển, hội nhập. Nếu không biết "gạn đục, khơi trong" có đôi khi bị hòa tan,…. Nó góp phần không nhỏ vào đời sống văn hóa tinh thần chung của dân tộc Việt Nam, có tác động nhất định đến đời sống sinh hoạt xã hội, sự chuyển biến về kinh tế, có triển vọng phát triển về bản thể và lan tỏa hơn khi Nhà nước có chính sách đầu tư thích đáng và bền vững.

Nếu trước đây nghiên cứu văn hóa, văn nghệ dân gian chủ yếu là nghiên cứu cơ bản, tức sưu tầm, nghiên cứu và giới thiệu các di sản văn hóa truyền thống. Hiện nay, trong xã hội đương đại, với quan điểm phát triển bền vững thì văn hóa, văn nghệ dân gian cần phải chú trọng nghiên cứu đến sự phát triển, đang là yêu cầu cấp bách của cuộc sống. Việc nâng cao chất lượng sưu tầm, nghiên cứu và phổ biến văn hóa dân gian trong xã hội đương đại cần phải có cách làm mới với những yêu cầu mới, tầm nhìn mới, bởi các bản/ làng, các tộc người không thể tách rời sự phát triển chung của xã hội, các dân tộc thiểu số và đa số, người miền xuôi và người miền ngược, bởi khoảng cách này ngày càng thu hẹp về văn hóa, địa lý, kinh tế-xã hội,... bởi sự giao lưu, hội nhập trong nước và ngoài nước.

Theo tôi, nó cần phát triển như cách tiếp cận của Khoa học tự nhiên, ở hai lãnh vực: Nghiên cứu cơ bản và Nghiên cứu ứng dụng. Chúng ta cần nghiên cứu, nhận diện văn hóa dân gian trong môi trường bảo tồn động. Trong quy luật vận động của di sản văn hóa phi vật thể là tái sáng tạo trên cơ sở gốc. Nếu là các di tích vật thể, như các gươl, nhà sàn, đình làng, chùa… thì việc bảo tồn phải nguyên vẹn yếu tố gốc; còn văn hóa phi vật thể như các điệu múa, hát lý, các tập tục,… lại linh hoạt hơn. Bởi nó đã được sáng tạo, biến đổi, có thể là thụ động hay cưởng bức từ dạng này sang dạng khác. Chính từ sự thích ứng đó mà xã hội loài người gắn với truyền thống để tồn tại và phát triển. Những thuộc tính này thể hiện trên nhiều bình diện như cách ứng xử của con người với môi trường tự nhiên theo hướng thích ứng và hòa hợp. Cách ứng xử này còn thấy ở ăn, mặc, cư trú, giải trí và quan hệ cộng đồng...

Các nhà nghiên cứu văn hóa, văn nghệ dân gian cũng nên chú ý đến cả 2 lãnh vực nêu trên. Việc nghiên cứu cơ bản, từ lâu, chúng ta đã có những thành tựu cũng rất “cơ bản”, đã trở thành nề nếp. Còn việc nghiên cứu ứng dụng còn hạn chế. Khi các tác giả trên cơ sở nghiên cứu cơ bản về các giá trị văn hóa dân gian, đã chuyển thể thành các thể loại khác như truyện, bút ký, thơ, tùy bút, hò, vè, phim, ảnh, hội họa... Có lúc, có nơi, có thể loại chưa được thừa nhận. Nhưng chính các thể loại mới này lại có khả năng xâm nhập sâu rộng vào đông đảo người dân và nhanh chóng lan tỏa vào cộng đồng xã hội.

Đọc những công trình nghiên cứu cơ bản, thường chỉ dành cho một số đối tượng như các nhà nghiên cứu, các đối tượng quan tâm tìm hiểu để ứng dụng vào công việc. Họ phải có hệ thống kiến thức, nắm được thuật ngữ chuyên môn, có cấu trúc phức tạp, tìm hiểu nguồn gốc để trích dẫn... Trên cơ sở kiến thức nghiên cứu cơ bản, những nghiên cứu ứng dụng, biến hóa qua các loại hình có chức năng giáo dục tính chân-thiện-mỹ, có chức năng giải trí phục vụ cho số đông người… Nó được mở rộng khái niệm, trí tưởng tượng, phạm vi, người viết cũng dễ phóng tác, gởi gắm những cảm xúc, tình cảm của mình vào bài viết... làm người đọc thích thú, tri thức văn nghệ dân gian được phổ biến, dễ dàng lan tỏa, đi vào lòng người đọc để nâng cao kiến thức cộng đồng.

Khi tham dự, tham luận tại các hội thảo về văn hóa-văn nghệ dân gian, tôi giữ quan điểm: "Đừng coi bảo tồn văn hóa cứ như là bảo tàng", chỉ khư khư cất giữ và trưng bày như cổ vật! Tức, cố giữ cái gốc, có thể dưới góc nhìn và tư liệu cá nhân của nhà nghiên cứu có được, cứ suy nghĩ và cho đó là cái gốc. Nhưng để xác định được đâu là gốc, có từ bao giờ, đây một vấn đề rất nan giải và thường gây ra những tranh cãi không hồi kết. Trong khi thực tế, không có di sản văn hóa vật thể hay phi vật thể nào hiện nay còn nguyên gốc qua quá trình tồn tại rất lâu dài với biết bao sự biến đổi và phát triển của lịch sử. Nó được bảo tồn trong quá trình tiến hóa với sự tiếp nối sáng tạo để tồn tại và phát triển, từ thế hệ này đến thế hệ khác mà hồn cốt vẫn giữ được, nên mới gọi là di sản.

Đất nước Việt Nam chúng ta có 54 dân tộc, mỗi dân tộc lại có nhiều ngành nghề, phong tục, tập quán khác nhau,... dẫn tới phạm vi, đối tượng và vùng lãnh thổ khác nhau, nên phạm trù nghiên cứu cũng nhiều hơn và rộng lớn hơn. Điều đó, khiến công việc của người sưu tầm, nghiên cứu phải đối mặt với nhiều thách thức hơn. Thách thức vì di sản văn hóa phi vật thể đang biến đổi nhanh chóng hơn, bởi ảnh hưởng của cuộc cách mạng khoa học-công nghệ, nền kinh tế thị trường... đang được xác lập, tốc độ đô thị hóa phát triển nhanh, các khu kinh tế về công nghiệp, dịch vụ và du lịch đã và đang hình thành tận các vùng sâu, vùng xa, vùng dân tộc thiểu số và ngay cả góc nhìn sáng tạo của nhà nghiên cứu và quy hoạch, những thay đổi đã đi vào từng ngóc ngách bản/ làng, từng tư duy mỗi bộ tộc người, mỗi cá thể...

Cũng có nguyên nhân quan trọng do con người gây ra, đã được các nhà khoa học cảnh báo là sự xác lập về địa lý các địa giới hành chính bỏ qua các yếu tố văn hóa và lịch sử, sự tàn phá môi trường sống của thiên nhiên trong quy hoạch và xay dựng các dự án đặt trên lợi ích nhóm và không có tầm nhìn lâu dài, đây là cái giá phải trả rất đắt. Vì vậy, công tác quy hoạch phát triển kinh tế-xã hội bền vững rất quan trọng. Việc đầu tư xây dựng hạ tầng cơ sở, xây dựng các công trình thủy điện thiếu quy hoạch với số lượng lớn, thiếu an toàn ở một số nơi trên cả nước, đã làm cho những cánh rừng phòng hộ, rừng nguyên sinh, cây cối bị tàn phá khủng khiếp, việc tích và xả nước không đúng quy định, quy trình. Mùa hạ thì các dòng sông cạn kiệt, mùa đông thì gây ra lũ lụt lớn trên diện rộng, núi rừng bị sạt lở nghiêm trọng, hạ tầng xã hội bị hư hỏng nặng; các con sông dòng suối khô cạn, dòng chảy bị ngăn cản khiến nhiều khu vực bị sạt lở nghiêm trọng; khi trời mưa nước không kịp thoát gây lủ lụt ngay trong lòng thành phố, đất sản xuất nông-lâm-ngư nghiệp của người dân bị mất dần… Các di tích lịch sử, văn hóa dân gian bị cuốn trôi hay bị di dời, có khi bị phá bỏ không thương tiếc vì nằm trong vùng quy hoạch, không có lợi cho nhà đầu tư! Không gian văn hóa dân gian ngày càng bị co cụm.

Bên cạnh đó, sự toàn cầu hóa cũng đã và đang tham dự vào quá trình phát triển xã hội trong nước, nên cái lợi và cái hại có tác động đan xen. Vấn đề là làm sao phải "gạn đục, khơi trong". Sự đa nguyên về văn hóa, giúp các nền văn hóa có cơ hội đến với nhau để giao lưu, tiếp biến và thông qua đó làm tăng thêm nội lực, sức sáng tạo cho mỗi dân tộc, giúp cải thiện cơ sở hạ tầng kinh tế - kỹ thuật phục vụ cho văn hóa và giúp hoạt động sáng tạo văn hóa-văn nghệ dân gian trở nên hiệu quả hơn. Hình thành đội ngũ hoạt động chuyên nghiệp, thu được chất lượng cao hơn. Chính thành quả đó phục vụ đời sống loài người có nền văn hóa, văn minh, tiến bộ một cách bền vững.

Từ thực trạng ở ba thôn Phú Túc, Tà Lang, Giàn Bí ở thành phố Đà Nẵng và các huyện miền núi như Đông Giang, Tây Giang, Nam Giang, Trà My, Phước Sơn, Tiên Phước tỉnh Quảng Nam, huyện Nam Đông tỉnh Thừa Thiên Huế, Quảng Ngãi và nhiều nơi khác trên cả nước, chúng tôi đã có nhiều đợt đi điền dã để khảo sát, sưu tầm và nghiên cứu, cho thấy quá trình tiếp nhận và biến đổi các giá trị văn hóa thường không đồng đều: người trẻ biến đổi mạnh và nhanh hơn người già; nam giới dễ biến đổi hơn nữ giới, do sự đè nặng của tập quán, nhận thức giới tính…

Cái được và mất của quá trình này, chính bản thân người Cơ tu và các tộc người thiểu số khác không thể cân đong đo đếm rõ ràng. *Bởi sự thay đổi theo chiều hướng tích cực của đời sống vật chất có thể được biểu thị bằng các con số cụ thể, bằng biểu đồ, nhưng sự biến đổi về mặt văn hóa, tinh thần lại chậm hơn, không rõ ràng và khó nắm bắt ngay tức thì. Chính vì thế mà trong một số lĩnh vực, không hẳn những chuyển biến về mặt văn hóa luôn tỉ lệ thuận theo chiều tăng trưởng của những chỉ số kinh tế, của điều kiện vật chất hay cơ sở hạ tầng...*

Quá trình này vừa mang tính chất "tự nguyện", vừa là sự "ép buộc" từ phía chính quyền (chủ trương, chính sách) và người dân. Hai xu hướng này đều thiếu sự phản biện xã hội. Các nhà nghiên cứu cũng không thể "cầm đèn chạy trước ô tô" và người dân bản địa chỉ có nghĩa vụ chấp hành. Nếu có sự tác động hữu cơ giữa chính sách Nhà nước và sự tiếp nhận có chọn lọc và tự nguyện của người dân thì kết quả sẽ tốt hơn nhiều.

Hiện nay, khác với trước đây vì sự đè nặng của phong tục, tập quán, khiến họ hầu như không có nhiều sự lựa chọn. Có vùng, nhiều bộ tộc dù không đủ khả năng kinh tế cũng phải tích cóp nhiều năm hoặc vay mượn để thực hiện mục tiêu mới của họ. Sự thay đổi đã đưa lại cho họ nhiều sự lựa chọn: Hoặc thực hiện theo người miền xuôi để hòa nhập (thường rơi vào những người không có đủ điều kiện), hoặc theo truyền thống, tập tục (thường rơi vào những gia đình khá giả). Ví dụ như khi mua sắm trang phục cổ truyền thì đắt đỏ hơn trang phục may sẵn của người miền xuôi, trang sức để thể hiện đẳng cấp cũng khác, phương tiện đi lại cũng phải sánh ngang bằng với người miền xuôi,...

Qua những thay đổi trên bình diện cả nước, có thể được xác định kết quả do hai tác nhân chính: Sự tác động của nhà nước qua hệ thống chính sách, qua các dự án về phát triển kinh tế, văn hóa, xã hội đã tạo nên môi trường sống mới như cơ sở hạ tầng, điều kiện vật chất, giao lưu, cư trú xen cài, nguồn vốn đầu tư sản xuất, sự thay đổi giá trị cuộc sống, sự tiếp nhận cái mới… và tâm lý mong muốn, nhu cầu về sự đổi thay cuộc sống của chính bản thân người dân trong sự lựa chọn và tiếp nhận các giá trị mới (khoa học kỹ thuật, phương tiện đi lại, tiện nghi sinh hoạt, hoạt động văn hóa…).

Những suy nghĩ hay phản ứng của họ về sự đổi thay, cho thấy sự thắng thế của chiều hướng tiếp nhận những yếu tố mới so với bảo lưu giá trị truyền thống (sẵn sàng mua sắm tivi, xe máy, điện thoại thông minh, trang sức, tập tục cưới xin, ma chay, thờ cúng,... nhưng lưỡng lự khi mua một bộ chiêng trống, nhạc cụ hay trang sức, trang phục truyền thống của dân tộc mình,...). Đó là thách thức bởi sức ép hòa nhập; nên văn hóa, văn nghệ dân gian rất dễ bị tổn thương, dễ bị xóa nhòa, có khi không biết gìn giữ, cái tốt cũng bị triệt tiêu, có thể bị coi rẻ.

Vậy làm sao vẫn giữ bản sắc riêng biệt của các dân tộc trong cộng đồng người Việt Nam? Để trả lời cho câu hỏi khó này, chúng ta đã có nhiều bài học quý giá từ ông cha ta để lại. Vào thế kỷ XVII, vùng đất Hội An đã phát triển thành một thương cảng quốc tế. Văn hóa Việt Nam không những không mất đi mà còn được bảo tồn, các nền văn hóa khác được Việt hóa để hội nhập, phát triển và làm phong phú thêm văn hóa bản địa. Không khó để nhận diện và đánh giá những thay đổi trong tăng trưởng kinh tế và điều kiện sống, nhưng điều đó lại không dễ trong đời sống văn hóa, đời sống tinh thần cũng như những giá trị bản sắc của các tộc người.

Việc giải quyết hai vấn đề này trong mối quan hệ vừa tương hỗ, vừa tương nghịch là không đơn giản. Văn hóa-văn nghệ dân gian gắn liền với đời sống của đồng bào bản địa, nên việc nâng cao ý thức tộc người là điều nên làm, vì chính họ là người thụ hưởng và quyết định sự bảo tồn bền vững những giá trị bản sắc đó. Hơn nữa, trong tất cả những đặc trưng của tộc người, tính ý thức là đặc trưng quan trọng trong sự phân biệt, nhận dạng các tộc người.

3. Kết luận:

Các cơ quan quản lý nhà nước phối hợp với các ngành kinh tế - kỹ thuật, các doanh nghiệp để xã hội hóa các tài nguyên văn hóa - nghệ thuật dân gian. Chú trọng công tác phát triển, bồi dưỡng đội ngũ nhà nghiên cứu, đặc biệt là người dân tộc bản địa và các sinh viên chuyên ngành ở các trường đại học.... Phục dựng những lễ hội truyền thống có giá trị đã mai một. Phong tặng các danh hiệu cho các nghệ nhân, bởi họ là những người quan trọng nắm giữ và phát triển di sản đó. Việc tôn vinh phải đi đôi với sự quan tâm đến nhu cầu của các nghệ nhân, tạo điều kiện vật chất và tinh thần, để họ có được môi trường thực hành, sáng tạo và truyền dạy.

Văn hóa văn nghệ dân gian là những lớp trầm tích chưa được khai quật hết, cái khai thác được không thể đắp chiếu để đó hay chỉ đưa vào bảo tàng mà phải nghiên cứu ứng dụng phát tán, lan tỏa dưới nhiều hình thức, trở thành tài sản để phát triển bền vững trong cộng đồng, làm cơ sở cho các hoạt động du lịch. Nhà nước cần tạo điều kiện, khuyến khích các tổ chức xã hội, người dân làm ra những sản phẩm văn hóa, nghệ thuật dân gian (múa hát dân gian, sử dụng các nhạc cụ dân tộc cổ truyền, phát triển các ngành nghề mỹ nghệ, các hoạt động lễ hội có tính dân tộc…). Chú trọng công tác bảo tồn và phổ biến các giá trị di sản vật thể và phi vật thể văn hóa truyền thống đa dạng của 54 dân tộc Viêt Nam.

Chú trọng nghiên cứu ứng dụng để phổ biến rộng rãi các giá trị văn hóa truyền thống dân gian bằng các loại hình phù hợp theo từng tộc người, từng vùng-miền-văn-hóa, bảo tồn sự đặc sắc văn hóa của các dân tộc, từng bước tiếp nhận sự phát triển văn hóa dân gian của các dân tộc trên thế giới dể làm phong phú, đa dạng thêm cho nền văn hóa Việt Nam.

Điều tâm huyết tôi xin chia sẻ, trao đổi với những người

nghiên cứu, nhất là những người đang bắt đầu sự nghiệp. Các đề tài nghiên cứu ngày càng đi vào chiều sâu, đòi hỏi sự hiểu biết "từ khi còn nằm trong bụng mẹ đến tuổi trưởng thành", nắm bắt về mọi mặt càng cụ thể càng tốt cho nghiên cứu khoa học. Theo tôi, nên tập trung nghiên cứu những đề tài gần gũi nơi quê hương mình. Bởi đó là mảnh đất rất quen thuộc, nên chúng ta càng tự tin vì có nhiều thuận lợi, để khai thác tốt nguồn tài nguyên vốn có. Dẫu đó là một vùng đất giàu trữ lượng văn hóa đặc sắc hay không thì cũng có nhiều điều cần nghiên cứu để xác định, bởi việc quan sát, lắng nghe, tìm hiểu... cũng thuận lợi hơn. Đó chính là những lợi thế, may mắn, là "gia tài của mẹ" mà người nghiên cứu được thừa hưởng từ nơi chôn rau cắt rốn và nuôi dưỡng chúng ta trưởng thành, nhiều khi như viết hồi ký của bản thân khi tác giả đã lớn tuổi. Từ những thành công và kinh nghiệm của nhiều người nghiên cứu đi trước đã khẳng định điều này.

(1): Nguyễn Khoa Điềm: "Xây dựng một chiến lược quốc gia về văn hoá dân gian trong thời kì công nghiệp hoá – hiện đại hoá đất nước", Tạp chí Nguồn sáng dân gian, số 2/2005.

(2): Trong tập sách "Những làng nghề truyền thống nổi tiếng Hội An", của Huỳnh Viết Tư

HUỲNH VIẾT TƯ

Danh ngôn

Yêu ai, nên biết điều dở của người ấy,
Ghét ai, phải biết điều hay của người ta.

Khổng Tử

Ca dao

Ai đi đâu đấy hỡi ai,
Hay là trúc đã nhớ mai đi tìm.

HUỲNH LIỄU NGẠN
EM VỀ PHỐ CHỢ

Em về phố chợ vàng cây
bóng trưa còn chiếc lá bay bên đường
con chim hót giữa sầu thương
hai bờ sông mấy dặm trường chờ nhau

ngõ chiều vạt nắng thương đau
đôi tay em mộng ngàn dâu xa mờ
con chim hót giữa bụi bờ
để em qua gọi sương mờ giữa đêm

đến ngày lũng hạ mùa chiêm
em chêm ngọn gió dài thêm cánh đồng
những nhành lúa trổ đơm bông
tìm đâu để thấy trăng không ngó mình

bởi vì em đẹp em xinh
như suong mai ở đầu đình cung nghinh
con chim à ơi lung linh
hỏi thăm sợi tóc chung tình đến đâu

rồi cùng hẹn ước mai sau
lội mương rẻ ngọn trâm bầu mà neo
lần tay vớt đọt hoa bèo
về treo giàn bếp nhà nghèo dành đun

cơm chiều bên bếp lửa mun
lần theo ngọn gió mùi bùn lại trơn
má em hồng bởi sóng dồn
hay là hơi của anh phồn thực qua

mình đi xây lại mái nhà
để che mái tóc chan hòa của đêm
ruộng khô đất nở thòm thèm
đổi vai em hở mấy rèm thịt xương

đêm nằm thấy lá phơi sương
em hà hơi đuổi mười phương lại gần
dòng đời chia mấy mươi phân
chia em gánh nặng ngàn cân vẫn tình.

HUỲNH LIỄU NGẠN
1.9.2024

KHẾ IÊM
Phong Cách Tân Chiết Trung_

Charles Jencks, lý thuyết gia hậu hiện đại về kiến trúc cho rằng, quá khứ không thật sự bị hủy diệt, vì hủy diệt sẽ dẫn tới im lặng. Kiến trúc hậu hiện đại dùng kỹ thuật hiện đại và những kiểu mẫu xưa, tạo một mã số đôi (double code) qua chủ nghĩa chiết trung (eclecticism), kết hợp hai phong cách khác nhau của hai thời kỳ khác nhau. Nhại lại, tối nghĩa, mâu thuẫn, nghịch lý, vì ngôi nhà còn là một ngôn ngữ, có thể được đọc như một cuốn sách, có tính hàm ý và ám chỉ. Kiến trúc hậu hiện đại không nói "cái này/ hoặc cái kia" (either/or) mà nói "cả hai/và" (both/and). Trong một tiểu luận "Cái đẹp là gì?" ông cho rằng, cái đẹp trở lại. 1 *Nhưng là cái đẹp trái ngược giữa truyền thống và hiện đại, tạo bảng phân loại biến thiên (continuum) giữa quá khứ và hiện tại. Quá khứ như một nửa giấc mơ được nhớ lại.* 2

Vào những năm 2000, ở bắc Mỹ, kiến trúc nhà ở thịnh hành một loại kiến trúc gọi là chủ nghĩa tân chiết trung (neo-eclecticism), mặt ngoài, thể hiện cái đẹp cổ điển, lấy mẫu mã từ kiến trúc những thế kỷ trước của Âu châu, Địa Trung Hải, Anh … Nhưng bên trong được thiết kế tiện nghi, sang trọng phù hợp với nếp sống hiện đại. Người ta gọi kiến trúc tân chiết trung như một loại kiến trúc hậu hiện đại lơi lỏng, một thứ chủ nghĩa kinh điển mới trong nghệ thuật và kiến trúc. Những nhà kiến trúc áp dụng hình học fractal (fractal geometry) và lý thuyết hỗn mang (chaos), tạo nên vẻ đẹp tự tương đồng(self-similar) – kiến trúc fractal (fractal architecture) – gãy khúc, không đều đặn, và những yếu tố trật tự (strange Attractor) của hiệu ứng cánh bướm vào những công trình kiến trúc. Điều này chứng tỏ, chủ nghĩa hậu hiện đại luôn luôn biến đổi, bởi nếu không kết hợp được với cái đẹp truyền thống, thích ứng với đời sống, thì cũng chỉ là thời kỳ quá độ của chủ nghĩa hiện đại.

Trở lại với thơ, tân hình thức là cái tên gọi trời cho, vì thể thơ *không vần* thật sự mới lạ đối với thơ Việt. Dùng lại những thể thơ *5, 7, 8 chữ* và *lục bát*, tượng trưng cho truyền thống thơ Việt, thu nạp các yếu tố: *tính truyện, ngôn ngữ đời thường, vắt dòng* từ thơ truyền thống Anh, và kỹ thuật *lập lại* từ thơ tự do Mỹ. Trừ *tính truyện* mà nền thơ nào cũng có, ba yếu tố còn lại hoàn toàn mới với thơ Việt, được coi như là những yếu tố hiện đại. Thể thơ truyền thống Việt bao lấy những yếu tố hiện đại, chẳng khác nào chủ nghĩa tân chiết trung của kiến trúc. Bài thơ vận hành theo hình thái của hiệu ứng cánh bướm: Ngôn ngữ tạo ra âm thanh, ý tưởng và hình ảnh, biểu tượng cho tính tự tương đồng trong hình học fractal và yếu tố *trật tự* trong lý thuyết hỗn mang. Kỹ thuật lập lại làm chức năng *phản hồi* (feedback) và *lập lại* (iteration) mang những âm thanh, ý tưởng và hình ảnh chuyển động. Và vắt dòng làm thành sự tuôn chảy liên tục của hệ thống động lực là bài thơ. Sự tác động ngầm của tất cả những yếu tố trên tạo ra ý nghĩa bài thơ. Khi nhà thơ Anh, Earl Surray giới thiệu thể thơ không vần vào thơ Anh, ông chỉ bỏ vần ở cuối dòng, còn luật tắc iambic (*không nhấn, nhấn*) vẫn giữ nguyên, nhà xuất bản đã gọi đó là thể thơ lạ. Nhưng bây giờ, thể thơ không vần Việt, vừa phức tạp vừa đơn giản, tổng hợp rất nhiều yếu tố khác nhau, từ đông sang tây, từ truyền thống đến hiện đại, để làm nên một thể thơ đặc biệt tân kỳ.

Trước kia, thơ Việt chỉ có những thể loại thơ vần, bây giờ có thêm thể loại thơ *không vần,* như một gạch nối với thơ tự do, làm cân bằng và tạo thêm sức mạnh cho thơ Việt. Thơ tự do cũng là loại thơ thoát ra khỏi luật vần truyền thống, nhưng không thể gọi là thể thơ không vần, vì không có một cấu trúc thể luật làm nền. Thật ra *vần* không phổ biến trong ngôn ngữ trọng âm như tiếng Anh và tiếng Đức. Ngay thơ cổ điển Hy Lạp và La tinh cũng không dùng vần. *Vần* xâm nhập vào thơ Âu châu vào cuối thời Trung cổ từ ngôn ngữ Ả rập. Trước đó những ngôn ngữ như tiếng Anh, tiếng Đức thường dùng sự trùng âm (alliteration) hay chữ đầu, trước hai hay nhiều chữ tiếp theo để thay thế vần. Như vậy sự lập lại những câu chữ của thơ không vần Việt cũng là điều tự nhiên. Còn ngôn ngữ thơ, từ thời cổ đại, là ngôn ngữ nói thông thường, với những từ cụ thể, dễ hiểu. Chẳng hạn tiếng Sanskrit, trong giao tiếp thường ngày có rất nhiều vần, *matr* và *part* (mẹ và cha), *britra* và *mitra* (anh em và bạn), thơ là ngôn ngữ đời thường và ngôn ngữ đời thường là thơ. Sau đó vì nhu cầu phát triển về tâm linh (tôn giáo), triết học, khoa học … những từ trừu tượng được tạo ra để diễn đạt, đáp ứng nhu cầu của lớp người đọc có học và trong giới cung đình. Từ trừu tượng càng ngày càng nhiều, được tiếp nhận qua lại từ ngôn ngữ này tới ngôn ngữ khác. Như tiếng Anh được vay mượn từ tiếng La tinh, tiếng Pháp … tiếng Việt với từ Hán Việt … Thơ tiếng Anh, cho tới thế kỷ 18, vẫn còn là những chữ thanh nhã, diễm lệ, chọn lọc, cho đến thời Lãng mạn (chấm dứt vào khoảng 1848, trước thời kỳ hiện đại), với Wordsworth, mới trở lại với ngôn ngữ thông thường. Thơ tân hình thức Việt sử dụng ngôn ngữ đời thường, ai cũng hiểu được, từ bình dân đến cao cấp, có tác dụng xóa bỏ mọi phân cách giữa nhiều tầng lớp xã hội nói cùng một ngôn ngữ, không những thế, còn đưa thơ tới người đọc từ những nền văn hóa và ngôn ngữ khác qua dịch thuật, bằng cách thay đổi phương pháp sáng tác, chuyển phong cách, nhạc tính và văn hóa một bài thơ từ ngôn ngữ này đến một ngôn ngữ khác.

Một bài thơ tân hình thức Việt, điều quan trọng vẫn là làm mất đi âm hưởng văn xuôi và tạo nên những nhịp điệu mới. Đối với thơ tân hình thức Mỹ, quay về với những thể thơ truyền thống, đã có sẵn cơ chế thể luật để tạo ra nhịp điệu, nên những nhà thơ không cần phải bận tâm nhiều về nhịp điệu. Trong khi những nhà thơ tân hình thức Việt phải tự tạo nhịp điệu cho thơ, tuy đòi hỏi nhiều ở tài năng, nhưng nhờ vậy không rơi vào sự đều đặn của thể luật, và mỗi nhà thơ có những phương cách riêng để tìm kiếm nhịp điệu cho thơ mình, thách đố tinh thần sáng tạo và thơ không bị nhàm chán. Tạo ra nhịp điệu mới, có nghĩa là làm phong phú nhạc tính trong thơ. Chúng ta phải ý thức về nhịp điệu mới tạo ra được nhịp điệu, và làm một điều đơn giản như sau: nghe nhạc, bất cứ loại nhạc nào chúng ta thích, từ Dân ca, Pop Music, Jazz, Rap Music, Hip Hop … Nếu có điều kiện, thưởng thức phong cách trình diễn của những ca sĩ như Fergie, Beyoncé, Rihanna, Timberlake … để kết hợp thêm với cả nhịp điệu hình ảnh. Chúng ta cũng có thể nghe đọc những bài thơ hay từ những ngôn ngữ khác, âm thanh vang lên trong ta, đó là nhạc tính của thơ. Al Rocheleau đề nghị, cứ nghe bản Nocturnes (Dạ Khúc) của Chopin 100 lần, trong thời gian hơn một tháng, nhạc tính trong thơ của nhà thơ sẽ cải thiện. Dòng thơ (line) trở nên linh động, thể luật trở nên uyển chuyển, chữ chọn sẽ hay hơn… Bản độc tấu piano có thể so sánh với cấu trúc thơ, mỗi nốt là một chữ, một hợp âm hay chuỗi hợp âm tương đương với một dòng hay câu thơ …

Nhắc tới ngôn ngữ và nhịp điệu là nhìn ngược về một chặng đường đã qua. Thơ Tân hình thức như một trạm dừng chân, người lữ hành ghé qua vui chơi trong chốc lát, rồi lại quay về với cuộc hành trình thơ cũ của họ. Bởi đối với những nhà thơ lớn tuổi, ngôn ngữ trừu tượng, khó hiểu của những dòng thơ cũ đã trở thành nếp gấp, khó có thể từ bỏ để nắm bắt ngôn ngữ tự nhiên đời thường của thơ Tân hình thức. Hơn nữa, tạo nhịp điệu mới và lấy thơ từ cuộc sống chung quanh không dễ, khi chúng ta đã quen thuộc với thếgiới tưởng tượng và mộng ảo. Có khi là, chúng ta chưa đủ tự tin để buông bỏ những gì đã cũ, vẫn cùng một lúc sáng tác nhiều thể loại khác nhau, và như thế phong cách và ngôn ngữ trở nên lộn xộn. Đa số những nhà thơ đến với thơ tân hình thức một cách dễ dãi, viết một đoạn văn xuôi hoặc một bài thơ tự do rồi đếm chữ xuống dòng, để thành những dạng thơ *5, 7, 8 chữ* hay *lục bát*, chứ chưa có nỗ lực nào về ngôn ngữ và nhịp điệu. Những bài thơ như thế mau chóng rơi vào lãng quên vì nhàm chán. Thơ, đủ các thể loại, hàng hà sa số, nhưng kiếm một bài thơ hay nào có dễ, huống chi thơ tân hình thức lại là một thể thơ mới. Ôi, thơ sao mà khó vậy.

Một bài thơ Tân hình thức Việt, sau khi đọc xong, những ý tưởng hình ảnh, qua qui trình phản hồi và lập lại, chuyển động không ngừng trong tâm trí, bắt người đọc khi đọc xong phải đọc lại từ đầu, để lần theo câu chuyện và những ý tưởng còn ẩn sâu bên trong. Các loại hình nghệ thuật từ thơ, hội họa đến tiểu thuyết từ cổ đại đến trước thời hiện đại thuộc về truyền thống chủ về nghĩa. Chỉ khi xuất hiện thơ tự do, phá bỏ thể luật, nhịp điệu và tính truyện của thơ truyền thống, tạo ra những phong trào tiền phong, và cuối cùng, đỉnh cao là thơ ngôn ngữ Mỹ (L=A=N=G-U=A=G=E POETRY), thập niên 1980, quay về với bản thân của chính ngôn ngữ, đạt tới cùng độ của sự vô nghĩa. "Cuộc đời vốn dĩ vô nghĩa, nhưng để sống, người ta phải đi tìm ý nghĩa cho nó. Mỗi thời có một trang giấy trắng riêng lẻ để viết lên, ghi dấu sự tồn tại, không thể viết đè lên trang giấy đã viết của thời khác. Sự vô nghĩa chính là ý nghĩa được viết trên trang giấy của thời hiện đại." Và rằng, "sự trái ngược giữa truyền thống và hiện đại chỉ là hai mặt của một đồng tiền, đi tìm kiếm cho tác phẩm hoặc đời sống một ý nghĩa hoặc cứ để nó vô nghĩa như là nó vô nghĩa." 3 Nhà văn, nhà phê bình Văn Giá cho rằng thơ tân hình thức Việt *chủ về nghĩa,* chứ không phải chủ về chữ như, "… những tìm kiếm cách tân thơ Việt mấy chục năm qua, có một chủ trương được khởi lên từ nhà thơ Trần Dần, và cùng vớiông là một số nhà thơ khác, họ đã tiến hành sáng tạo một loại thơ chủ về chữ: "thơ dòng chữ" (Trần Dần), "bóng chữ" (Lê Đạt), "thi pháp âm bồi" (Dương Tường). Loại thơ này muốn đối lập với loại thơ chủ về nghĩa, bị các ông coi là thứ thơ theo kiểu truyền thống "Thi dĩ ngôn chí". 4

Hồi phục quan điểm chủ về nghĩa của truyền thống, nhưng qua một hình hài khác hẳn là thể thơ không vần, thơ tân hình thức Việt thoát khỏi những định kiến, phân cách, ngay cả những phân cách mang tầm văn hóa. Bởi vì bất cứ khi nào có sự chuyển đổi của nền văn minh, đời sống xã hội thay đổi, văn học nghệ thuật luôn luôn phải thích ứng với tâm tư tình cảm của con người. Chắc hẳn là những thế hệ sinh sau năm 1980, đã quen thuộc với môi trường internet, đang có nhu cầu học hỏi và giao tiếp với thế giới rộng lớn bao quanh, mong muốn có sự thay đổi triệt để này để chuyên chở nội dung của thời đại họ. Chúng ta cần nhấn mạnh, các thể thơ chỉ là phương tiện để chuyên chở nội dung, và mỗi thế hệ có những nội dung của chính họ. Đôi khi nội dung của thế hệ này, thế hệ khác không hiểu nổi. Khoảng cách giữa các thế hệ càng cách xa khi những tiện nghi đời sống càng cao vì những phát minh mới. Nội dung của một thế hệ đã qua, thường chỉ còn như một giá trị dùng để tham khảo.

Thơ có vô số khả thể, và tự nó, đang có những thay đổi diện mạo, trở thành nhân tố tạo sự hiểu biết lẫn nhau giữa những chủng tộc, những sắc dân. Một lần nữa, thơ xoay mặt ra với thế giới bên ngoài, đóng vai trò nối kết giữa nội tâm và ngoại giới, giữa con người và con người, như nhà thơ Frederick Turner, qua *Thơ Khác*, ghi nhận, "Có lẽ ý tưởng xưa về nền 'cộng hòa văn chương' có thể nổi lên lần nữa trong thời đại nơi tất cả đều nhận ra tính nhân bản chung của chúng ta và tìm kiếm cho văn học nghệ thuật một nền tảng đúng hơn, vì sự đồng cảm hơn là hệ tư tưởng." 5 Thuật ngữ nền 'cộng hòavăn chương' thường dùng chỉ những cộng đồng trí thức cuối thế kỷ 17 và thế kỷ 18 ở Âu Châu và Mỹ. Họ luân lưu những lá thư viết tay, trao đổi những bản văn hoặc những tập sách mỏng đã xuất bản, mở rộng sự nối kết, trải dài qua những biên giới quốc gia nhưng vẫn tôn trọng sự khác biệt ngôn ngữ và văn hóa.

Trong thời đại toàn cầu hóa, mối liên hệ về chính trị, kinh tế giữa các quốc gia tăng cao, sẽ kéo theo những tác động văn hóa, nhu cầu hiểu biết, cảm thông, giao tiếp giữa các nền văn hóa. Khả năng nối kết của thơ tân hình thức Việt quả là rộng lớn, nhưng chúng ta chưa nhìn thấy kết quả bao nhiêu. Điều đó tùy thuộc vào sự tham dự và thực hành của nhiều thế hệ. Mười năm của một dòng thơ, thật là quá ngắn, mới chỉ vừa đủ một dợm bước chân. Nhưng với tinh thần bình đẳng, ai cũng như ai của những nhà thơ đang thực tập dòng thơ này, không ngừng học hỏi, không ngại sai sót, hòa đồng với mọi tầng lớp xã hội, đưa cuộc sống bình thường vào thơ, làm cho thơ có thêm một chút hương vị, như vậy chẳng vui lắm sao.

KHẾ IÊM

Trích tiểu luận thơ "Vũ Điệu Không Vần", nxb Domino nxb Đà Nẵng, 2019

CHÚ THÍCH

1. "What is beauty" trong tạp chí Prospect (Prospect Magazine) số 66 tháng 8-2001. (Beauty is back).

2. "It is almost like a haft-remembered dream", from Jencks, Postmodernism: The New Classicism in Art and Architecture.

3. Đọc Hội họa, "Vũ điệu không vần" Nxb Văn Học, 2011.

4. "Về một nỗ lực làm mới thơ Việt", Văn Giá.

5. Email, Frederick Turner, "It is a splendid concept, and an important contribution to world literature. Perhaps the old idea of the "republic of letters" can rise again in an age where we are all recognizing our common humanity and finding literature and art a better basis for communion than ideology.

VIÊN DUNG

Giữa Đôi Mắt Chờ
Một Nụ Cười Bao la

Ta đi quả là lâu
em chờ về lại
bằng đôi mắt dại với nụ cười
ta đoán thấy
nhưng chưa về được
áy náy vẫy. thật buồn thay !
vàng khơi buồn lá
chờ. lại buồn lên vàng thu
chờ. cố thổ thất mùa thua thiệt
em giấu giọt lệ tiếc
giữa đôi mắt chờ
thứ - một nụ cười bao la

THÚT THÍT TÌNH

em nghẹn lời từ giã
màu thu úa ra mưa
giọt vàng hơn lá úa
tan chưa sầu cơn hạ
lúc em xoay lưng quày quả
giấu nỗi buồn son giá
giữa ngân chuông rời rã, em băng qua
luống màu úa kiếp hoa. tình chạ
về thực. mộng tình thu hóa đá
thì thôi, bước qua xác tình hoang dã
hiếu đạo em đổ lệ mưa già
ướt hồn tình bao la

VIÊN DUNG
12112023

SA CHI LỆ
QUÊN LỐI VỀ

Đêm nín thở suối bềnh bồng tóc rối
Thơ ta say bên dốc đá hẹn hò
Em thỏ thẻ lời hẹn thề ngọng nghịu
Chiếc lá rơi theo gió cuốn mịt mờ

Em bước vội sương tan trên môi ướt
Cỏ bên đường ngơ ngác nhớ mây bay
Đèn lên phố gót thu buồn lỡ nhịp
Xuống hoang vu rời rã bóng em gầy

Nón em nghiêng tình đi hoang sương khói
Nhốt vầng trăng mắt phượng hỏi chờ ai
Đưa tay với tình mon men hy vọng
Nghe trăm năm vọng lại tiếng thở dài

Thăm phố cổ thoáng tình xưa vỗ cánh
Ước mơ gầy còn đó bóng đi hoang
Tay bỡ ngỡ lá thu hồn lão đảo
Rơi chơi vơi theo bước lạ cuối đường

Phơi dáng ngọc mắt hoàng hôn khuất lối
Đưa ta về mộng mị ngợp môi em
Bởi mùi hương ướp dòng xoay dị sử
Ta vẫn chờ người trở lại cố hương

Em mỏng quá nên lá rừng xao động
Trắng trinh nguyên mở cửa gọi xuân về
Đồi ẩn hiện dòng sông kỳ diệu sóng
Rừng hoang sơ suối tóc đẫm sương khê

Trời ôm nắng tiếng hót chim gọi gió
Thổi búp măng hé đôi cánh thiên đàng
Ngây mùi hoa rộn ràng khoe tuổi ngọc
Tình vân vi cố bám áo giai nhân…

Em níu gót đốt tim người nóng chảy
Mạch si mê bỗng lạc điệu ơ hờ
Ta ngớ ngẩn nhìn người say mờ ảo
Lạc đường về cứ gọi mãi trong mơ..

Chiêm bao nhớ phố xưa em gọi nắng
Tà áo bay tóc níu gió đi tìm
Thu hờn dỗi từng hạt mưa se lạnh
Đời còn gì đọng lại trong tim em?

SA CHI LỆ

Hẹn nhau

Sóng vỗ mạn thuyền trăng huyền sử
Hoa hương dị mộng khắp chân như
Duyên khởi hoàng hôn say bóng hạc
Hẹn nhau thắp sáng núi thiên thư

***Sa Chi Lệ**

HỨA HIẾU

Tình Yêu

1.

Có một chân dung riết rồi tôi cũng không thể hoàn tất
nhưng cũng không thể xóa mất
được một phác thảo
thủa hạnh ngộ ban đầu
em mãi cứ thế
một trộ mưa huế

Có một con đường
tôi đi theo cùng phố phường
rồi chẳng bao giờ có dịp trở lại
con đường đã mãi
nằm dưới lòng đô thị mới

Có một cánh cửa tôi chưa kịp mở ra
nó đã đóng lại vĩnh viễn
nhiều lần trở lại dò hỏi người bưu tín
anh ta bảo rằng
thành phố luôn đổi tên
cánh cửa luôn đóng kín
căn nhà luôn đổi số
chủ nhà luôn là khách
và hòm thư thì luôn có một
ổ khóa.

2.

Tình yêu
không ở ngày lễ
chỉ ở những ngày không tình yêu
và, hiện đang có rất nhiều ngày không tình yêu
không được cử hành nghi thức

Chữ không phải là những con rối
chúng chỉ an nhiên tự tại
để được tạo hình và cảm tính từ biến động môi trường
kẻ vay mượn chúng thì được gọi là tác giả
trong khi họ không phải là kẻ tạo hình và cảm tính lên chúng

Khi đùa giỡn với tình yêu
tác giả và con chữ đã quên mất một điều
cả hai cùng mang một loại mặt nạ
của kẻ múa rối
chiếc mặt nạ thứ hai đang múa may cái rối rắm của kẻ vay mượn chúng
trong khi chiếc mặt nạ thứ nhất đang cố múa rối cái nhân dáng và cảm tính của những con chữ đang vay mượn tác giả để múa rối
một ngày lễ không tình yêu

Cuối cùng, kẻ viết bài thơ này cũng đang múa một thứ rối khác
thơ.

HỨA HIẾU

HỒ XOA

KHÚC CHIỀU

Ngày tóc xanh ngồi đếm lá vàng
Rồi tóc chiều buồn ai nhớ lá xanh
Bao nhiêu năm chuông rơi miền vĩnh cửu
Người như cánh chim tha hoàng hôn
Về sân ga cuối cùng

Trôi xa bao cuộc đổi dời
Những trăng già , trăng non mặc cả
Chiếc võng thơ mắc qua hai đầu thế kỉ
Người còn hồn nhiên hát tình ca nứt nẻ dưới
phù sa

Tìm đâu giấc mơ về chết bên đôi bờ Phú sĩ
Gót phong trần khuất nẽo bụi hoàng hoa
Chiều phố thị nghe tình xa vời vợi
Đời muộn màng trên những lối thu rơi...

HỒ XOA

TIỂU LỤC THẦN PHONG
CHIỀU NAO NGHE TANGO

Chiều xa xanh nằm nghe Tango
Đôi chân nhảy trong đầu
Đôi tay dìu tấm thân nào nồng ấm
Nhịp tim chơi vơi
Vũ trụ hóa vũ trường
Những ngôi sao loạn nhịp luân vũ
Hồn chất ngất trong xác thân
Điệu Tango chiều viễn xứ
Người nhớ người dầu chẳng tương tư
Sa mạc mênh mông không lối
Phố xá hun hút xa xôi
Người đi, người vẫn đi
Đi từ thuở chưa có gì cho đến khi không cần chi
Điệu Tango khắc khoải
Bài Tango bồng bềnh mây trôi
Người ơi!
Ta cũng đi từ thuở chưa tượng hình
Lòng đinh ninh trong vô minh
Tình!
Điệu Tango thánh thót
Cơn lũ tràn về nhấn chìm người run rẩy
Hồn đi hoang
Chết ngất ngây lớp lớp sóng nhạc vàng
Bolero, những bản tình ca nơi xứ xa
Đâu xứ ta?
Nơi nào xứ người?
Người ơi!
Chớ hỏi
Ta chẳng có ngôn từ
Chữ nghĩa sạch rồi
Các giác quan tê liệt

Theo dòng cuốn mây bay
Diệu tango tha thiết
Cánh bướm vỗ bên kia bờ đại dương
Bờ này trùng trùng sóng dậy
Chiều nay
Chiều nao
Bao nhiêu buổi chiều vô biên xứ

MÌNH LỤY LẤY MÌNH

Kinh qua những cuộc hằng hà
Đa đoan đòi đoạn đấy là vô tri
Riêng em một mực nhu mì
Trầm luân lưu lạc cũng thì thế thôi

Biết bao bận đã luân hồi
Người còn vẽ mặt em ngồi soi gương
Đi về bạc thếch cung đường
Phải chăng rành rẽ chiếu giường hỷ hoan

Phận nào Chẳng chút lo toan
Kiếp nào lai vãng chưa tròn cơn mơ
Ba ngàn thế giới tình cờ
Mười phương bọt nước ai ngờ vô biên

Em xinh dáng dấp dịu hiền
Bàn tay vẫy sóng hiện tiền thăng hoa
Người đem đánh đổi pháp tòa
Cười khàn giữa chợ rằng ta cuồng tình

Mới hay mình lụy lấy mình
Cung đàn thánh thót lời kinh thì thầm
Dở đời vi diệu thanh âm ...

TIỂU LỤC THẦN PHONG
Ất Lăng thành, 0824

PHAN TƯỞNG NIỆM

CÓ PHẢI LÀ TA TUỔI ĐÃ GIÀ

Còn đâu cái tuổi ngồi chờ đợi
Tiếng kẻng trường tan đón em về .
Từng buổi chiều hè rơi nắng nhẹ
Ta, em chung bước trên đường quê .

Còn đâu khắc khoải bên khung cửa
Nhìn ánh trăng khuya mơ dáng ai !
Nắn nót bài thơ tình tứ tuyệt
Ghi vào nhật ký tuổi hoa mai .

Còn đâu cái tuổi thời chinh chiến
Từng bước hành quân vượt núi đồi .
Đêm nằm kích giặc nghe chim hót
Nhớ về phố biển - nhớ người yêu .

Còn đâu cái thuở ta về phép
Thấp thỏm ngồi chờ bóng em qua .
Con đường Nguyễn Huệ chiều tan lớp .
Rộn tiếng cười đùa như pháo hoa .

T hời ấy bây giờ còn đâu nữa !
Chỉ còn đêm lạnh chung cư buồn .
Bạn bè từng lớp ra đi vội .
Có phải... là ta tuổi đã già !?

PHAN TƯỞNG NIỆM
SEP 2024

TRĂNG TIỀN PHƯƠNG
"Đóa Quỳ Vàng"

Một buổi chiều, trong cơn mưa phùn nhạt nhòa, ông lão ngồi bên khung cửa sổ cũ kỹ, đôi mắt xa xăm nhìn ra cánh đồng. Cánh đồng ấy không còn xanh mướt như thuở nào, giờ đây chỉ còn lại những dấu chân thời gian hằn lên đất mẹ.

Ông nhớ về ngày xưa, khi còn là chàng trai trẻ, ông và nàng thường dắt tay nhau đi dạo trên cánh đồng này, cười đùa và mơ về một tương lai tươi sáng. Nàng yêu hoa quỳ vàng, loài hoa mạnh mẽ vươn lên giữa mùa mưa. Nàng từng nói: "Dù có trải qua bao nhiêu bão giông, hoa quỳ vẫn nở rực rỡ."

Thời gian trôi qua, chiến tranh và loạn lạc cuốn trôi mọi thứ. Nàng ra đi, để lại ông với ký ức và nỗi nhớ khôn nguôi. Cánh đồng xưa cũng dần phai mờ, chỉ còn lại vài bụi hoa quỳ lẻ loi trong mưa.

Bất chợt, ông thấy một đứa bé chạy ra giữa cánh đồng, hái lấy một đóa quỳ vàng mang về. Đôi mắt trẻ thơ sáng lên niềm vui, như thắp lại ánh sáng cho cánh đồng xưa.

Ông lão mỉm cười. Hoa quỳ vàng vẫn nở, tình yêu vẫn còn mãi. Và dù thời gian có trôi đi, những ký ức đẹp đẽ sẽ luôn sống mãi trong tim.

TRĂNG TIỀN PHƯƠNG

MỘNG YÊN HÀ
Dưới Ánh Trăng"

Trên con đường mòn dẫn vào rừng sâu, ông lão ngồi bên bờ suối, lắng nghe tiếng nước chảy róc rách. Ánh trăng sáng ngời chiếu rọi qua những tán lá, tạo nên những bóng hình mờ ảo trên mặt đất.

Ông lão, với mái tóc bạc phơ và đôi mắt mờ đục, nhấp nháy trong ánh trăng. Ông từng là một nhà thơ nổi tiếng, nhưng giờ đây, ông sống một cuộc đời ẩn dật, xa lánh chốn thị thành ồn ào.

Một đêm nọ, khi ông đang ngồi viết những dòng thơ cuối cùng, một bóng hình lặng lẽ tiến lại gần. Đó là một cô gái trẻ, đôi mắt sáng ngời và nụ cười hiền hậu. Cô gái đến bên ông, không nói lời nào, chỉ lặng lẽ ngồi xuống.

"Con là ai?" Ông lão hỏi, giọng khàn khàn.

"Con là kẻ yêu thơ của ông, đã đọc hết những tác phẩm của ông," cô gái trả lời nhẹ nhàng.

Ông lão cười buồn, "Thơ ta giờ đây đã trở thành quá khứ. Không ai còn nhớ đến nữa."

"Nhưng với con, thơ của ông luôn sống mãi," cô gái nói. "Con muốn ông biết rằng, dù thời gian có trôi đi, nhưng những gì ông viết vẫn còn đó, trong trái tim của những người yêu thơ."

Ông lão nhìn cô gái, đôi mắt đầy xúc động. Trong khoảnh khắc ấy, ông nhận ra rằng, thơ ca của ông không bao giờ chết. Nó vẫn sống, qua những người yêu mến và trân trọng.

Ánh trăng vẫn chiếu rọi, lấp lánh trên mặt nước. Ông lão và cô gái ngồi bên nhau, giữa màn đêm tĩnh lặng, để lại những dòng thơ cuối cùng hòa quyện với tiếng suối róc rách và ánh trăng dịu dàng.

MỘNG YÊN HÀ

MỘC NHÂN
TRONG NGÔI NHÀ

Tôi thức dậy lúc tinh mơ
buổi sáng tháng Tám yên tĩnh
mắt tôi bơi dưới mí còn khép hờ
ngoi lên tìm kiếm một vệt sáng qua khe cửa

Điều gì đang xảy ra trong im lặng
tấm rèm treo trên thanh gỗ đã oằn
gió khẽ, cánh cửa phát ra tiếng động
vài chiếc lá trôi vào hiên lăn tròn như đùa

Tôi ra khỏi gian phòng - đi quanh nhà
như vị khách rảo chân trong bảo tàng:
mọi thứ vẫn như hôm qua, tháng trước, năm ngoái
gian phòng này lưu giữ người vợ ngủ nướng
gian khác bày biện đứa con dậy muộn
bên tường là kệ sách, vài nhạc cụ
những lọ hoa, bàn ghế, cuốn sổ…

Tôi không chắc mình sẽ làm gì hôm nay
trong khuôn viên bảo tàng gia đình
mọi thứ dẫu không mới nhưng không quá cũ
không xê dịch, không đông cứng
không phô diễn, không bí ẩn
không ổn định, không biến động
mỗi thực thể có vẻ như báu vật - cùng hiện hữu

Trên bầu trời, những cụm mây lăn lóc
chúng như những chiếc gối rách
bông gòn tả tơi khắp bầu trời
hay như những tấm chăn chưa xếp lại
tạm nhét vào xó núi

Có ai ngắm những đám mây này cùng tôi không
liệu chúng có đè lên mặt đất
như chiếc gối chèn lên mặt người
và buổi sớm lại trở nên nghẹt thở

Dẫu sao tôi đang có tâm trạng tốt
rót cho mình một cốc nước ấm
rồi ngắm cánh chuồn chuồn chập chờn
như kẻ chạy trốn một vuông ảnh
như kẻ ly hương khát khao một cố xứ
cuối chân trời là một đường mờ

Tôi nheo mắt
những cái gai hoa hồng đâm vào khoảng không
trong buổi sáng tháng Tám
ngôi nhà bảo tàng của tôi lại lưu giữ thêm
những ký ức mới.

MỘC NHÂN

BỈ HAO

Nhớ Quê!

Áo chàm, nón lá buổi sớm mai
Quần lĩnh, guốc mộc kéo bóng dài
Ta về phố cổ trong thương nhớ
Êm đềm xuân sang phố sáng nay

Ghé ngang bãi tắm sông ăn bắp
Xuôi về cồn biếc ngắm luống dưa
Trưa hè nắng cháy ăn canh tép
Dưa hồng xứ Quảng, ôi!, say sưa ...

Loanh quanh xóm vắng đường nho nhỏ
Dọc con nước chảy bóng con đò
Thuyền ai chở cá mù sương sớm
Khua động khúc sông bởi câu hò

Cô gái chèo ghe da sạm nắng
Đôi tay chở khách dọc đôi bờ
Kìa, anh hàng xóm bửa cau sớm
Em gái tan trường phố ngây thơ ...

Nắng gió hương quê trải mấy độ
Ai về phố cổ nhờ hỏi thăm
Những nơi tôi từng sống và học
Một kiếp nhân sinh, kiếp sang sông ..

[Bài thơ kỷ niệm viết về quê hương với nỗi nhớ của hai thế hệ]

BỈ HAO

PHAN HẠ DU
CHỜ ANH BỐN MÙA

Em vẫn dành nụ hôn
Bao nhiêu ngày mong đợi
Con dốc như cô đơn
Sang hè anh chưa tới

Đã chờ anh mòn mỏi
Nhìn đàn bướm ngẩn ngơ
Hoa đỏ chiều bối rối
Cho hương lan đến giờ

Cây tắm mình trong nắng
Bóng ngả với chiều nay
Sáng mành sương thấp thoáng
Chiều lại mưa bóng mây…

Mênh mông hồ Than Thở
Bạt ngàn đêm gió lay
Bao mùa trăng đã tỏ
Lạnh cơn giông chiều nay

Vẫn vẹn nguyên ngày đó
Chờ anh từng đêm sâu
Qua bao mùa bỏ ngỏ
Phố xưa còn tìm nhau …

Phượng tím bừng nắng cũ
Anh chưa về , đi đâu
Em bao đêm không ngủ
Nhớ thương tràn lên nhau …

PHAN HẠ DU

LÊ HỮU MINH TOÁN
NỬA VỜI
TÌNH THƠ

Dường như
trăng ngủ đầu non
Buồn trôi theo gió lang thang ven rừng
Sầu buông thăm thẳm mịt mùng
Tình trao lỗi nhịp mấy lần gợi đau

Gió heo may
rớt từ đâu
Sao nghe buốt lạnh len sâu đáy hồn
Vời trông bóng nắng hoàng hôn
Chìm trong thinh lặng rơi thầm giọt châu

Lời thơ
sao đọc nửa đầu
Nửa sau bỏ dở cưỡng cầu trách nhau
Khiến lòng đoài đoạn cơn sầu
Tình thơ như đã nhuốm màu tang thương

Tình thơ
như khói như sương
Vực đêm sâu thẳm tơ vương một đời
Đẩy vơi bước mắt người ơi
Thôi đành khép lại
nửa vời
tình
thơ ….!

@ **LÊ HỮU MINH TOÁN** - BVT .

NGUYỄN LAN HƯƠNG

BÀI THƠ TÌNH THÁNG CHÍN

Chào tháng chín bằng cơn mưa níu hạ
Chảy trôi đi tất cả những ưu phiền
Phố thanh tịnh bước vào mùa thu mới
Gió vui đùa mời gọi những an nhiên

Có tháng chín hiền như ma sơ ấy
Nắng theo chân trải óng ánh lụa vàng
Em thu hết khoảng trời trong đáy mắt
Áo màu mây bay trên phố lang thang

Có tháng chín hờn ghen gieo cơn bão
Lật tung trời ngúng nguẩy trách hờn ai
Mưa bong bóng vỡ oà trong thổn thức
Chợt nín lòng chạm cơn gió heo may

Có tháng chín hồi sinh trong quả thị
Ngát thơm hương trái cấm mới vào mùa
Lộc vừng đỏ khoác áo màu hoa lệ
Lá miên du bay lạc tiếng chuông chùa

Có tháng chín ngủ mơ trên bàn phím
Bài thơ tình dang dở viết chưa xong
Sợ trăng dỗi nên ta đành gửi vội
Enter rồi....
gửi tháng chín mênh mông....

NGUYỄN LAN HƯƠNG

NGUYỄN THANH SƠN
Người tình già của em

Một buổi chiều ảm đạm, đầy sương. Hai chúng tôi ngồi nhìn biển, một màu xanh tít tắp gợi lên một nỗi niềm thăm thẳm, xa xăm. Vài chiếc lá me phai rơi đậu trên mái tóc em. Gương mặt em chiều nay buồn ảm đạm như chiều nay, đầy mây và gió lạnh. Em thẫn thờ nhìn vào góc vắng và buồn. Buồn trong đôi mắt và buồn trong cái nhìn của em. Em bảo em lạnh, anh đưa em về.

Tôi lặng nhìn em và cái buồn lây qua tôi. Tôi ngước nhìn bầu trời đầy mây, sương chiều và gió lạnh. Ừ về.

Em đẩy cửa xe, ngồi vào chiếc ghế bọc nệm, bên cạnh tôi. Tôi mở công tắc, tiếng động cơ xe mercedes siêu sang rền rỉ rồi rướn nhẹ trên con đường đầy sương chiều.

Căn phòng vẫn như cũ, gọn ghẽ và đẹp. Bông hồng cắm trong chiếc bình cổ vẫn còn đọng vài giọt nước như từ lúc tôi đưa em đi. Em ngồi và lặng lẽ uống cạn ly rượu vang tôi vừa rót mời em. Chất rượu gây cho em niềm hưng phấn, gương mặt em hồng hào bởi ngọn nến sáng lung linh thổi bừng vào.

Rượu hay vì ngọn nến sáng linh linh, bập bùng. Tấm thân em căng phồng nhựa sống. Vài hớp rượu, em say. Em quờ quạng tìm lấy tôi. Tôi dìu em sang phòng bên, đặt em nằm gọn ghẽ trong chăn. Mong em yên ấm trong đêm nay.

Tôi bước ra và ngồi vào chỗ em vừa ngồi, uống vào chỗ mà môi em còn nồng ấm.

Tôi ngồi đó cho đến sáng hôm sau. Em lặng lẽ rời đi tự lúc nào, để lại lời nhắn nhủ Tạm biệt anh, người tình già của em.

Ánh nắng ban mai rọi vào căn phòng, cái nóng lóa mắt khiến tôi choàng tỉnh dậy, nhìn tờ giấy được đặt cẩn thận trên bàn tự bao giờ. "Tạm biệt anh, người tình già của em!". Nét chữ mềm mại như con người em từ buổi tối hôm qua.

Tôi chưa gặp lại em kể từ đêm hôm đó, vắng bặt tin nhau. Tôi không biết tin tức gì về em, trên facebook, messenger hay cuộc gọi nào đó. Tôi mang hình ảnh em vào tâm tưởng, ở một góc khuất nào đó trong vỏ não, trong trái tim già nua, cũ kỹ của riêng tôi.

Em tạo cảm xúc cho tôi, em mang đến cho tôi hình ảnh em tuyệt vời lẫn tuyệt vọng. Chao ơi! Tôi nhớ em biết dường nào.

Tôi thật già nua, cũ kỹ. Những khát vọng thầm kín trong em, những nỗi buồn mơ màng ẩn chứa trong ánh nhìn ướt át, trong đôi môi mòng mọng ngây thơ, như đóa hồng còn đọng hơi sương, cắm trong lọ của ngày hôm ấy. Tôi biết, tôi ngẩn ngơ thơ thẩn vào niềm khát khao trong đôi tay quờ quạng của em như muốn chụp lấy một khoảng không mơ hồ đầy sức trẻ trung, em chới với trong làn sương mỏng manh chưa thỏa mãn trái tim ướt át , thèm muốn của người đàn bà trong em

Nhìn thân thể em căng tràn sức sống. Đôi môi, đôi mắt, làn da trắng ngần trong sáng lung linh bởi ánh sáng ngọn nến chập chờn ảo mộng, chiếc áo lụa mỏng tanh ẩn hiện dưới làn da rạng ngời son trẻ. Em xinh đẹp biết bao, em thiên thần biết bao. Em như vì sao sáng lóng lánh trên nền trời xanh ảo vọng. Tôi chới với trong khoảng không mơ hồ, mênh mang đó.

Em là báu vật mà trời đã ưu ái ban tặng riêng tôi. Tôi nâng niu gìn giữ trong tâm khảm. Tôi chỉ muốn ngắm từ xa, đăm đắm mà nhìn, xót xa mà gửi, căng đôi mắt mà trông mong với một thái độ trân trọng xiết bao .

Em nằm đó, như viên ngọc sáng lóng lánh, che khuất cả một vòm sao xa xôi kia, lu mờ vạn vật chung quanh tôi. Ôi chao ơi! Ngôn ngữ của tôi quá cạn kiệt, quá nghèo nàn, quá thiển cận, quá dung tục nên không thể diễn tả hết vẻ đẹp trong sáng, vẻ đẹp mơ hồ khó nắm bắt.

Em biết không. Lúc đó đã quá nửa đêm, có thể vì men rượu thấm vào mờ mịt lý trí tôi. Tôi xán lại gần em, rất gần, nhìn trân trân vào khuôn mặt tuyệt vời của em. Tôi cúi xuống rất gần, rất gần đôi môi tôi như sắp chạm vào hơi thở thơm mùi nho chín phả lên từ đôi môi mịn màng của em. Chợt tôi khựng lại, dừng lại cái hành vi thô thiển đó, lùi ra xa như kẻ trộm ăn cắp trái cấm sắp sửa bị bắt quả tang, lùi ra xa như sắp rơi vào hố thẳm tình yêu.

NGUYỄN THANH SƠN

NGƯỜI SÔNG HẬU
THÁNG CHÍN MÙA THƯƠNG

Tháng chín gởi mùa vào thu
Bờ vai chùng chình chút nắng
Mây trời bồng bềnh xa vắng
Cúc tần vẫn mướt ngoài sân.

Nỗi nhớ làm ta bâng khuâng
Lang thang tìm về chốn cũ
Gió hát bên đường ấp ủ
Rạ rơm thơm ngát hương đồng.

Lời rao từ gánh hàng rong
Mưa đêm nhạt nhòa ký ức
Ngọn đèn trầm tư thao thức
Hanh hao từng chiếc lá vàng.

Phù sa lớp lớp mỡ màng
Hạt mầm lên xanh hy vọng
Vườn ai quả thơm chin mọng
Ngọt ngào cây trái quê hương.

Tháng chín mùa của yêu thương
Mênh mang hương đồng gió nội
Bên nhau yên bình không nói
Thôi thì gởi mùa vào thu.

NGƯỜI SÔNG HẬU

HUỲNH MINH TÂM
ÁNH TRĂNG

Tôi vẫn còn giữ lại vài điều tốt đẹp
đi uống cà phê mỗi sớm

thời gian tước hết thú vui
mối sầu lo tiền bạc

tôi vẫn còn đi qua bờ hồ đêm đêm
ánh trăng lung linh những chú cá rô quẫy nước

và đôi lần trộm nghĩ
về tình yêu đầu đời
những nụ hôn dang dở hoa lan thơm như sương

người vợ hiền nhìn tôi
như đứa trẻ

nhịp sống quanh tôi những trò vui hối hả
những nỗi buồn không tên nơi khoé mắt
người thân lần lượt giã từ

tôi vẫn còn gìn giữ
những trang vở học trò những truyện tranh cũ nát
gieo tâm hồn vài đốm lửa tình yêu.

HUỲNH MINH TÂM

VŨ THÚY
ÁNH MẮT

Ánh mắt anh
Em chẳng dám nhìn thẳng
Em sợ
Ánh mắt đắm đuối
Cứ phun trào như dòng chảy dung nham
Ánh mắt ấy dư sức thôi miên

Ánh mắt ấy chưa từng nói lời yêu em
Chỉ chạm thôi
Và chỉ cần em biết
Cũng đủ đốt cháy lời thương giữa hai thềm lục địa
Nay trên đường
Chờ dừng đèn đỏ

Mặt đối mặt nhưng chẳng để chạm mặt
Em vội quay hướng khác
Rồi mình thản nhiên lướt qua nhau
Coi anh như vô hình

Em sợ, lõa thể sự thật
Khi nhìn vào mắt anh
Mọi niềm yêu lộ tẩy
Và ánh mắt em sẽ phản bội chính mình.

VŨ THÚY

NGUYỄN AN BÌNH
MỘT THOÁNG ĐẠI LÃNH

Chầm chậm thôi tia nắng sớm ban mai
Bước cùng anh đón bình minh trên biển
Nơi đầu tiên mặt trời hồng ẩn hiện
Nơi bắt đầu anh nói tiếng yêu em.

Cánh hải âu rải bóng mình trên sóng
Biêng biếc xanh màu biển nhớ tâm hồn
Triền cát trắng trải dài xa ngút mắt
Say lòng người gợn sóng nước Bãi Môn.

Đá chập chùng đường lên Mũi Rạng Đông
Sao anh thấy lòng gập ghềnh tám hướng
Từng bậc thang mỏi mòn theo năm tháng
Biết nơi nào anh đến được tình em.

Sóng có mở lòng ơi cánh sóng dịu êm
Cho tình ta xanh mây trời đèo Cả
Chút tĩnh lặng giữa hoang sơ kỳ lạ
Dấu thăng trầm hằn năm tháng em ơi.

Năm tay anh đi cuối đất cùng trời
Gieo hạt nắng cho vàng ươm sắc nhớ
Gió biển lùa nghe mặn mòi hơi thở
Ngồi bên nhau – em nhé – thoáng bình yên.

NGUYỄN AN BÌNH

QUẢNG XUÂN

BỐN MÙA

Xuân:
Hoa anh đào trắng hồng,nở rộ. Lũ chim non ra đời và bảo vệ bởi cha mẹ cha mẹ chúng.

Hạ :
Các chú chim non bắt đầu trưởng thành, thời tiết nóng dần, oi bức .
Sự sống sôi động và nghiệt ngã. Loài sâu hóa bướm… chim non đang tìm sâu chim lớn cũng vần vũ trên bầu trời để tìm mồi
Cuộc sống các loài hạnh phúc trộn lẫn nghiệt ngã

Thu :
Rừng cây phong, các loại cây hoa anh đào bắt đầu lá đổi màu. Đỏ vàng cam tím sặc sỡ. Trong cái khoe sắc đó, như ngọn đèn hết dầu ,bùng lên rồi lịm tắt.
Những chiếc lá khô đang bay về cội

Đông :
Cây trơ lá ,tuyết trắng rơi, rơi mãi. Bầu trời mặt đất trở thành một màu trắng. cảnh vật im lặng im lặng đến rợn người…
Trong cảnh cùng cực đó thì mầm non đang đợi chờ…
Xuân Hạ Thu Đông đi qua một năm. Hay đi qua một đời NGƯỜI ???
Sự vận hành của tự nhiên là VÔ NGÔN .Tất cả đều … VÔ NGÔN.

QUẢNG XUÂN

TÔN NỮ MỸ HẠNH
HÌNH BÓNG QUÊ NHÀ

Em lại về xứ Huế quê anh
Cơn mưa trái mùa
Em thấy gì cũng lạ
Thèm ngắm đền đài lăng tẩm

Dáng trầm tư ngàn năm lặng lẽ
Nôn nao câu hò mái nhì mái đẩy
Nương nhẹ mái chèo
Chiều về ngan ngát dòng Hương.

Nhớ mùi rơm rạ quê nhà
Nhớ bát cơm hến đạm bạc tình sâu
Mùi lá dong thơm nồng nàn bánh nậm
Hít hà tô bún bò cay đầu lưỡi

Nhớ vườn chè vườn dâu
Nhớ Ngự Bình Vọng Cảnh
Tiếng thông reo đại ngàn vọng lại
Chiền chiện rỉa lông tình tự
Có làm neo lòng khách lạ.

Ai về Linh Mụ
Có theo đò xuôi ngược Kim Long
Có qua Phu Văn Lâu
Kịp về Đập Đá

Chờ trăng lên – cau Vỹ Dạ mờ sương
Con nước rẽ ngang
Hoang liêu bến cũ
Không còn ai rượt đuổi hai tiếng "Đò ơi".

Mạ đi họp chợ sớm
Con đường thơm thơm hương đất
Hương vị nồng nàn cây-cỏ-gió sương
Gấu quần mang nặng áo cơm lam lũ
Ta mãi ngây thơ
Trong khu vườn cổ tích của anh
Đâu hay đất trời vần vũ
Đâu hay sông nước đổi màu
Em ước chi mình – trẻ lại tuổi mười lăm.

TÔN NỮ MỸ HẠNH

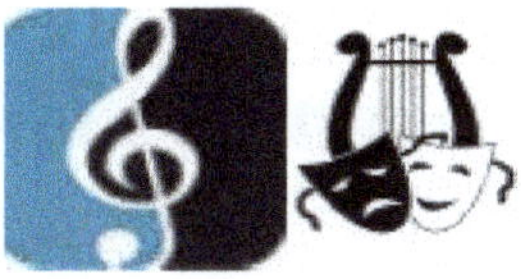

Nguyễn Phan Quang & Ngã Phương Huyền

MỖI KỲ VỚI CA KHÚC MỚI SÁNG TÁC

Thư Tòa soạn

Quí thân hữu và độc giả thân mến...

Đã bao lần có sự đề nghị về việc mở ra một tiết mục quan trọng có liên quan đến lãnh vực văn hóa, nghệ thuật nói chung … đó là: "*Mỗi Kỳ Với Ca Khúc Mới Sáng Tác*" … Nhưng BBT/VHM nhận thấy rằng việc đó mang tính "nhạy cảm", là dễ gây ra những ngộ nhận, không khéo sẽ đưa đến những "mất lòng" nhau một cách khó biện giải trong nội hay ngoại giới!!. Vì thế, chúng tôi đã khép lại những đề nghị như đã nêu trên…

Nhưng lại một lần nữa được mở ra với những đề nghị cũ… do từ một cơ duyên rất "may mắn" là từ những dây mơ rễ má của tình thâm thân hữu, dẫn đến một niềm vui và hạnh phúc khôn tả, đó là được: Nhạc sĩ Từ Công Phụng phổ bài thơ: "Người Muôn Thuở" của tôi thành nhạc, với tên mới " *Gửi Người Muôn Thuở*" (Bài thơ này của tôi nằm ở trang 156-157 trong tập thơ "*Anh Biết, Em Yêu Dấu*" được Nhà sách Tự Lực xuất bản & phát hành năm 2001…

Từ những yếu tố "*kích hoạt*" như kể trên, chúng tôi quyết định thực hiện ngay "*Mỗi Kỳ Với Ca Khúc Mới Sáng Tác*" " bao gồm đăng một, hai sheet nhạc và những bài viết về âm nhạc mang tính nghiên cứu, thảo luận, kể cả những tản mạn đóng góp vào loại hình nghệ thuật dùng âm thanh để diễn đạt, mang nặng tính quần chúng đám đông hơn cả này !! Tiểu mục do **Ngã Phương Huyền phụ trách ...**

Thưa quí thân hữu ...

Thật lòng mà nói rằng, mọi thứ trên đời đều không vượt thuyết tương đối … Việc tương tác thuần tính công tâm, bình đẳng cũng chỉ vững vàng được trong chủ quan đầy niềm tự tin, mới mong mạnh bước với những diễn tiến tốt đẹp, mang niềm vui và hạnh phúc đến với mọi người…

** Bắt đầu kỳ này Ngã Phương Huyền có kèm theo "song lyrics" tức là lời của mỗi bài nhạc, để quí bạn đọc tìm hiểu ca từ dễ dàng hơn ..***Trân trọng.**

* Kỳ thứ **XI** khởi đăng 2 sheet nhac:

1/ Em Và Chiếc Lá_thơ Hà Bạch Quyên_Nhạc Hà Nguyên Du
2/ Anh Biết, Em Yêu Dấu_ thơ & nhac Hà Nguyên Du
& 1 bài thơ Hà Nguyên Du do Nhạc sĩ Phan Ni Tấn phổ

Em Và Chiếc Lá

1

Thơ Tân Hình Thức : Hà Bạch Quyên
Nhạc : Hà Nguyên Du

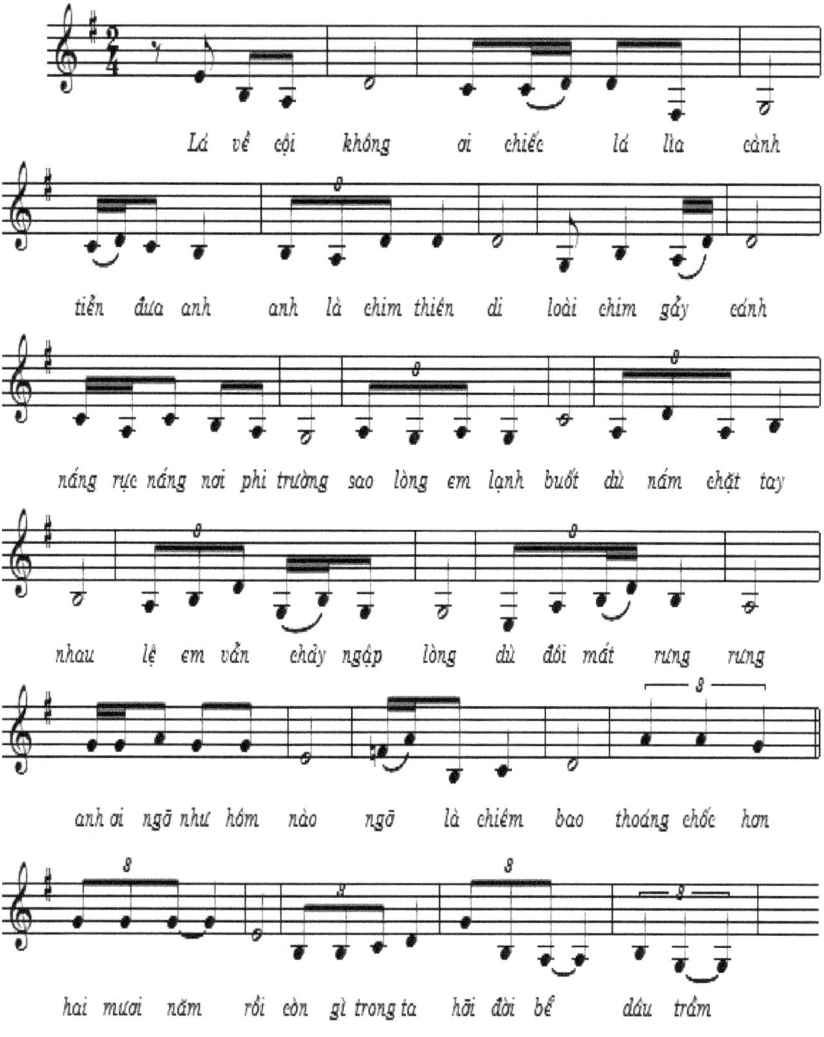

2

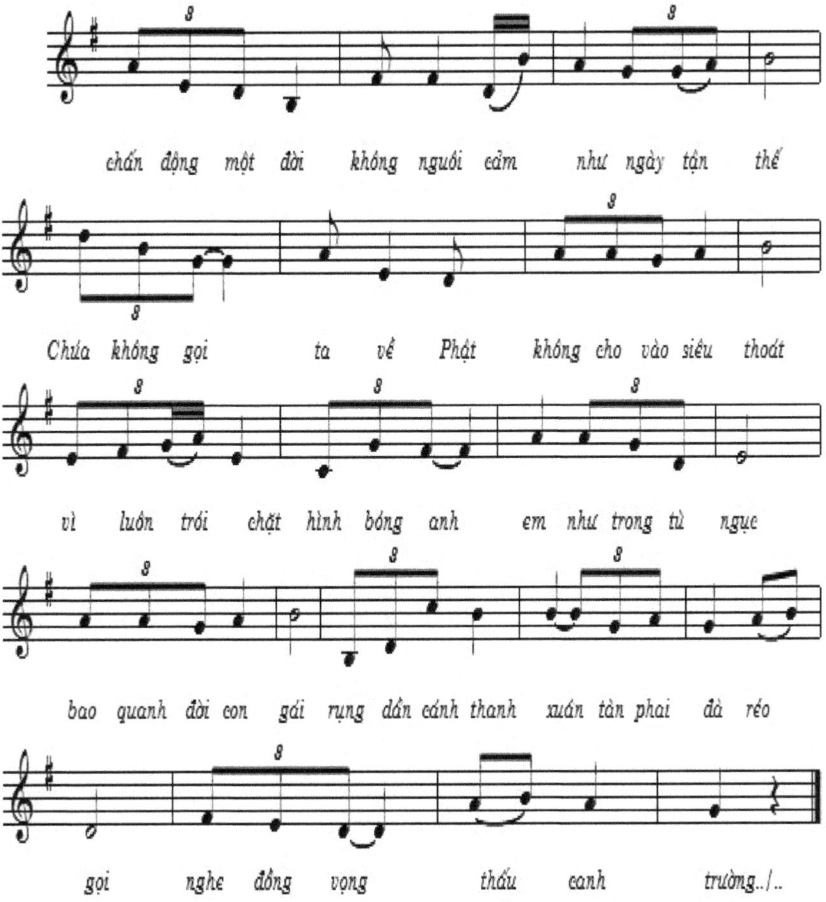
chấn động một đời không người cảm như ngày tận thế
Chúa không gọi ta về Phật không cho vào siêu thoát
vì luôn trói chặt hình bóng anh em như trong tù ngục
bao quanh đời con gái rụng dần cánh thanh xuân tàn phai đà réo
gọi nghe đồng vọng thấu canh trường../..

Anh Biết, Em Yêu Dấu

Thơ & Nhạc : Hà Nguyên Du
Christmas 2010

Moderato

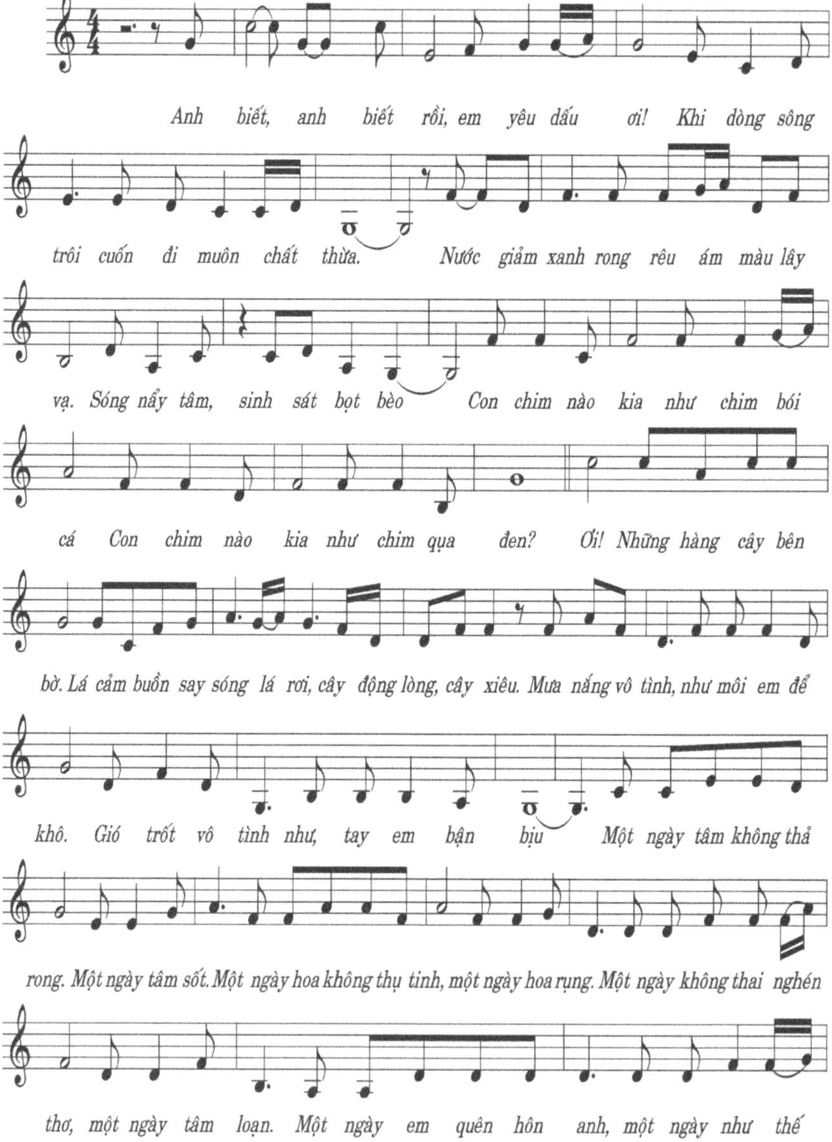

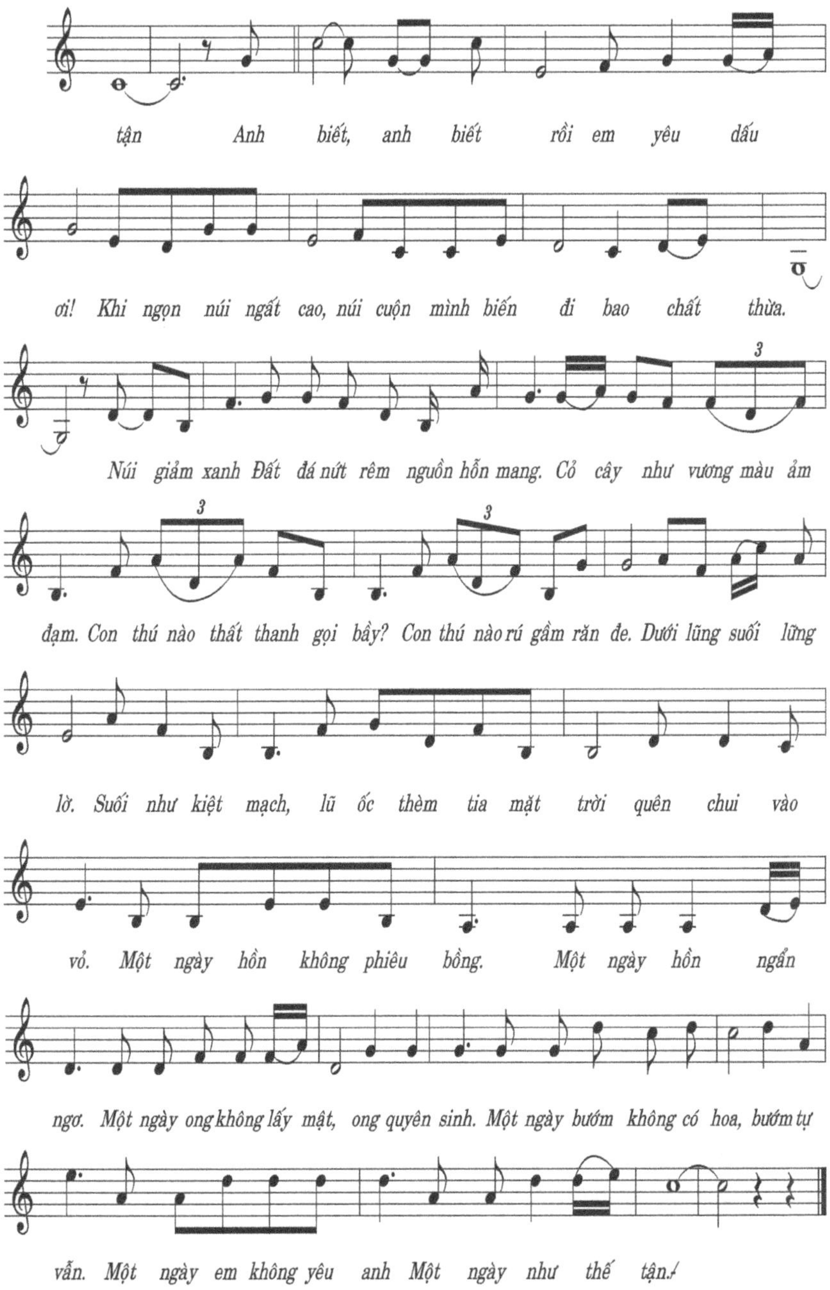
tận Anh biết, anh biết rồi em yêu dấu
ơi! Khi ngọn núi ngất cao, núi cuộn mình biến đi bao chất thừa.
Núi giảm xanh Đất đá nứt rêm nguồn hỗn mang. Cỏ cây như vương màu ảm
đạm. Con thú nào thất thanh gọi bầy? Con thú nào rú gầm răn đe. Dưới lũng suối lững
lờ. Suối như kiệt mạch, lũ ốc thèm tia mặt trời quên chui vào
vỏ. Một ngày hồn không phiêu bồng. Một ngày hồn ngẩn
ngơ. Một ngày ong không lấy mật, ong quyên sinh. Một ngày bướm không có hoa, bướm tự
vẫn. Một ngày em không yêu anh Một ngày như thế tận./

NHẬT KÝ VĂN HỌC

tạp chí văn học mới

Một số nhà thơ và tác phẩm nổi bật của thế kỷ 21 bao gồm:

Ocean Vuong với tập thơ "Night Sky with Exit Wounds" (2016):

Ocean Vuong là một nhà thơ người Mỹ gốc Việt nổi tiếng. Tập thơ của ông đã nhận được nhiều giải thưởng lớn, bao gồm Giải thưởng Whiting cho Thơ và Giải thưởng T. S. Eliot. Thơ của ông khám phá những chủ đề về chiến tranh, gia đình, tình yêu, và chủ nghĩa lưu vong, với lối viết sáng tạo và đầy cảm xúc.

Mary Oliver với tác phẩm "Devotions: The Selected Poems of Mary Oliver" (2017):

Mary Oliver là một trong những nhà thơ được yêu thích nhất tại Mỹ, đặc biệt nổi tiếng với thơ về thiên nhiên. Bài thơ *"Wild Geese"* của bà thường được nhắc đến như một trong những tác phẩm đáng nhớ nhất của thế kỷ này, với thông điệp sâu sắc về tự do và chấp nhận bản thân.

Tracy K. Smith với tập thơ *"Life on Mars"* (2011):

Tracy K. Smith, người đoạt giải Pulitzer cho thơ vào năm 2012, đã nổi bật với tác phẩm "Life on Mars", nơi cô thăm dò mối quan hệ giữa vũ trụ, tâm linh, và cuộc sống. Tập thơ này thể hiện sự sáng tạo và cảm xúc sâu sắc, đặc biệt là qua cách cô tiếp cận những chủ đề lớn lao về khoa học và nhân sinh.

Kết luận:

Dù không có một bài thơ "hay nhất" cụ thể được toàn cầu công nhận cho thế kỷ 21, các nhà thơ như *Ocean Vuong, Mary Oliver, và Tracy K. Smith* đã có những tác phẩm gây ấn tượng mạnh và có sức ảnh hưởng sâu rộng trong văn học hiện đại.

Trong năm 2024, một số giải thưởng văn học đã được trao, ghi nhận sự đóng góp xuất sắc của các tác giả trên toàn cầu.

Dưới đây là một số giải thưởng tiêu biểu:

1.

Giải Lambda Literary Awards 2024: Giải thưởng này vinh danh các tác phẩm văn học xuất sắc liên quan đến cộng đồng LGBTQ+. Năm nay, các hạng mục nổi bật bao gồm:

Lesbian Fiction: Biography of X của Catherine Lacey

Gay Fiction: Family Meal của Bryan Washington

Bisexual Fiction: Natural Beauty của Ling Ling Huang(

Lambda Literary)(Peoplemag).

2.

PEN America Literary Awards 2024: Đây là một trong những giải thưởng văn học có uy tín ở Mỹ, vinh danh các tác giả có tác phẩm xuất sắc. Một số hạng mục đáng chú ý năm 2024 là:

PEN/Hemingway Award for Debut Novel: Flux của Jinwoo Chong PEN/Voelcker Award for Poetry Collection: A Film in Which I Play Everyone của Mary Jo Bang(

PEN America).

3.

Dublin Literary Award 2024: Với giá trị lên đến 100,000 €, đây là giải thưởng lớn cho một tác phẩm văn học bằng tiếng Anh. Giải thưởng năm 2024 đã thuộc về Mircea Cărtărescu và dịch giả Sean Cotter với tác phẩm Solenoid(

Dublin Literary Award).

Những giải thưởng này không chỉ vinh danh các tác giả và tác phẩm xuất sắc mà còn phản ánh sự đa dạng trong văn học đương đại, từ các thể loại tiểu thuyết, thơ đến văn học LGBTQ+.

NHẬT KÝ VĂN HỌC
tạp chí văn học mới

Giải Nobel Văn chương năm 2024 chưa được công bố. Theo thông báo chính thức từ NobelPrize.org, các giải Nobel, bao gồm giải Văn chương, sẽ được công bố từ ngày 7 đến ngày 14 tháng 10 năm 2024(Wikipedia) (NobelPrize.org). Thông tin trước đây về việc nhà văn Nhật Bản *Haruki Murakami* đoạt giải là không chính xác. Giải Nobel Văn chương năm 2023 đã được trao cho Jon Fosse, một nhà văn Na Uy, vì nhữngđóng góp sáng tạo của ông trong thể loại kịch và văn xuôi(NobelPrizeorg).

Vì vậy, mọi thông tin trước đây bạn nhận được về giải Nobel Văn chương 2024 đều là không đúng. *Chúng tôi xin đính chính lại rằng giải thưởng năm 2024 sẽ chỉ được công bố vào tháng 10.*

Do báo chí sai lầm loan tải, nên chúng tôi cũng sai theo. Vì vậy thành thật xin lỗi với quý thân hữu và độc giả. Chúng tôi copy tài liệu, mong quý vị xem và xin thứ lỗi cho chúng tôi

---

Vì sao Nobel văn học mãi "né" Murakami?

Phương Việt (Theo The Japan Times)

Nhiều người ví von giải thưởng Nobel văn học "né" tác giả có sách bán chạy hàng đầu thế giới Murakami như tượng đài Oscar từng "né" diễn viên Leo Dicaprio.

Murakami, tác giả văn chương người Nhật Bản được biết đến với cuốn sách bán chạy nhất năm 1987 "Rừng Nauy". Tên của ông lần đầu tiên nổi lên như một ứng cử viên sáng giá cho giải thưởng Nobel văn học vào khoảng năm 2007. Khi đó, trang web cá cược nổi tiếng Ladbrokes xếp ông là một trong những ứng cử viên hàng đầu.

Kể từ đó, tên của Murakami đã trở thành một cái gì đó cố định trong danh sách những người được hy vọng. Điều này làm tăng kỳ vọng của người hâm mộ và luôn tạo ra một "cơn bão" nho nhỏ xung quanh việc liệu năm nay Nobel văn chương có thuộc về tiểu thuyết gia người Nhật hay không?

Năm nay cũng không phải là ngoại lệ. Một ngày trước khi Ủy ban Nobel thông báo người thắng giải, Murakami là nhân vật đứng thứ 2 trong danh sách được kỳ vọng. Nhà cái Ladbrokes đưa ra tỷ lệ cược 10 ăn 1 - ngang bằng với tác giả người Canada nổi tiếng Margaret Atwood, người nổi tiếng với cuốn tiểu thuyết kinh điển năm 1985 "The Handmaid's Tale". Nhưng một lần nữa. Viện Hàn lâm lại đi theo một hướng khác, khiến cho giới mộ điệu đặt ra câu hỏi: "Tại sao giải Nobel văn học lại khó đến thế với Murakami?".

Nguồn:https://danviet.vn/vi-sao-nobel-van-hoc-mai-ne-murakami-20211008181407451.htm

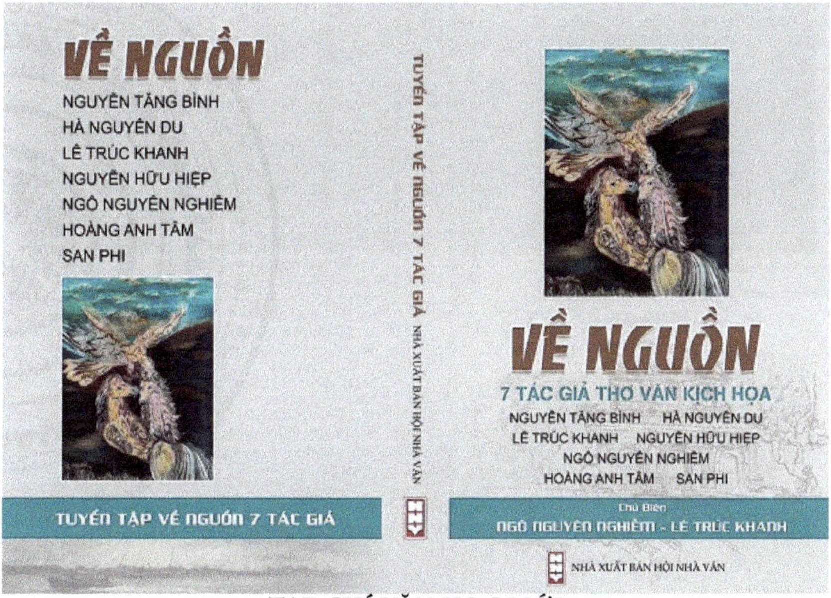

TẠP CHÍ VĂN HỌC MỚI
TRÂN TRỌNG GIỚI THIỆU
TUYỂN TẬP

VỀ NGUỒN

**

GỒM 7 TÁC GIẢ • THƠ • VĂN • KỊCH • HỌA

**

NGUYỄN TĂNG BÌNH • HÀ NGUYÊN DU •

LÊ TRÚC KHANH • NGUYỄN HỮU HIỆP •

NGÔ NGUYÊN NGHIỄM •

HOÀNG ANH TÂM • SAN PHI •

CHỦ BIÊN
NGÔ NGUYÊN NGHIỄM & LÊ TRÚC KHANH

**

NXB HỘI NHÀ VĂN

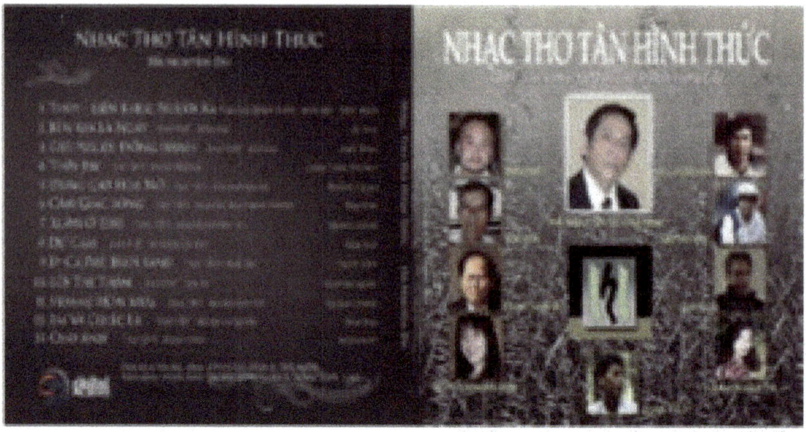

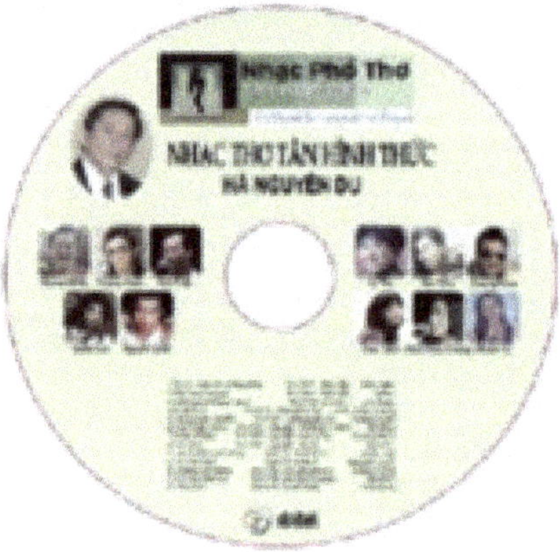

Với những người yêu chuộng thi ca, thì thơ Tân Hình Thức, hầu như ai cũng biết, cũng nghe qua, đọc qua. Nhưng "nhạc Tân Hình Thức" thì đây là lần đầu tiên tôi mới được Nhà thơ Hà Nguyên Du cho nghe.

Hà Nguyên Du là một trong những người tham gia sớm và cùng đẩy mạnh phong trào thơ Tân Hình Thức, sau khi Nhà thơ Khế Iêm là người khởi xướng. Nhưng phổ nhạc từ thể thơ này thì được biết, hẳn anh là người tiên phong. Thơ Tân Hình Thức vốn không dễ làm, nên nhạc Tân Hình Thức cũng không dễ phổ thành ca khúc.

Vì thơ Tân Hình Thức như là một loại văn xuôi được cấu trúc dưới hình thức vắt dòng, phá cách, không vần điệu, theo ngôn ngữ, thiết nghĩ hay lạ hơn... mà thành. Cho nên khởi xướng thành nhạc từ thể loại này rất dễ bị ảnh hưởng vào cung cách của văn xuôi.

Tuy nhiên, thơ Tân Hình Thức cũng có nhạc tính nên khi phổ nhạc Hà Nguyên Du đã cố gắng thoát ra khuôn sáo trường quy mà tạo được một hình thức tương đối mới lạ trong âm nhạc và lời ca. Đặc biệt, khi phổ nhạc, Hà Nguyên Du chấp nhận để ý nguyên gốc, đã không sửa đổi hay thêm thắt chút nào ý nào từ bài thơ của các nhà thơ Tân Hình Thức.

Âm nhạc khởi lên từ thơ hình thức, ngôn ngữ và hình ảnh nghệ thuật của văn xuôi, nên lời ca được Hà Nguyên Du khéo léo thay cách nâng lên, hay bổng bằng nhạc thuật đã giản dị nhưng đi thẳng vào tâm tưởng người nghe... **Nhạc sĩ Phan Ni Tấn**

Hà Nguyên Du là một trong những người làm thơ nổi tiếng ngay từ trước 1975 và khi ra hải ngoại, với nhiều thi tập đã được xuất bản và được giới yêu thơ dành cho nhiều cảm tình đặc biệt...

Thi sĩ còn ở trong vương vị của một người làm thơ Tân Hình Thức, với cung cách tích cực đẩy mạnh phong trào, ngay từ khởi đầu tham gia.

Thơ THT vốn là một thể loại thơ mới lạ, khó đọc, khó làm và phá khó phá luật, vì thế không phải ai cũng có thể tìm tòi được một bài thơ – giống như một nhà thám hiểm lướt những hướng hiểu trong ngôn ngữ – nếu người làm thơ không phải là người có kỹ năng sáng tác cao độ cả về thi ngôn lẫn bề dày kinh nghiệm sống sâu sắc trong cuộc đời.

Hà Nguyên Du, gần như là người viết nhạc duy nhất đã thổi hồn nhạc cho nên những bài thơ nhạc qua thể loại Tân Hình Thức, mà không cần sửa chữa hay thêm bớt một chữ. Đó là bước tiến ngoạn mục mà không phải ai cũng có thể làm được.

Để chứng minh điểm nói này, tôi nghĩ, những người yêu thơ, nhất là đối với thể loại thơ Tân Hình Thức do Hà Nguyên Du phổ nhạc, cần nên lắng nghe CD Nhạc Thơ Tân Hình Thức do ông mới hoàn thành hơn 3 năm qua với nhiều thử thách cả về vật chất, kỹ thuật, lẫn tinh thần.

Nguyễn Hà- Nhạc sĩ / Ký giả (TB Sống & Saigon Mới Magazine)

Viết về CD "Nhạc Thơ Tân Hình Thức" của **Hà Nguyên Du**

Nhân một dịp tôi đã viết nhân sau số tập thơ anh sắp xuất bản. Xin trích:

Và sẽ như thế, tôi lại hành ngạc, khi khám phá ra thêm một phương diện nào khác về Hà Nguyên Du. Thú đùa, khi biết rằng anh sáng tác nhạc, và các ca khúc lại rất mực xuất sắc... Và, xin trích:

Có một điều tôi biết chắc rằng, đối với Hà Nguyên Du, thơ là cơm hằng ngày để ăn, là nước hằng buổi để uống, và là khí trời trong từng khoảng khắc anh hít thở.

Thì nay, việc sáng tác nhạc của anh hòa nhập vào đời thơ làm thăng hoa cuộc sống khiêm khó. Hay cũng là " khí trời trong từng khoảng khắc anh hít thở."

Tôi chỉ là người nghe nhạc lâu năm, nên thẩm âm trở thành thói quen... Vì thế tôi dễ nhận ra hay dở của một ca khúc...

Vì thơ Tân Hình Thức là loại thơ không vần điệu, với ngôn ngữ đời thường. Dù chỉ để đọc, nhưng Hà Nguyên Du khám phá ra tính nhạc của nó không kém, so với thơ truyền thống. Từ đó, cách đây 3 năm cho tới nay, anh vẫn là người đầu tiên phóng mình với nỗ lực để hoàn thành sứ mệnh "phổ nhạc thơ Tân Hình Thức" tận tâm mộng. Mặc khi đã được sự ủng hộ nhiệt liệt chân tình, của quý anh em là những Nhà thơ trẻ ở hải ngoại cũng như trong nước.

Thì dù khó khăn nào, anh cũng đi đến hoàn thành rất đẹp, như hôm nay tôi có trong tay và đã nghe đi nghe lại nhiều lần. Tôi không ngại để nói lời khen nhận định đầu ở trên là "các ca khúc rất mực xuất sắc". Tôi nghĩ, khi quý vị nghe thì sẽ có đồng nhận định như tôi.

Bởi, thơ THT là loại thơ khó làm khó hay, mà phổ nhạc lại càng khó hơn gấp bội.

Tuy nhiên, Hà Nguyên Du vẫn không ngại, mà vẫn nỗ lực như ngày từ đầu cùng mục đích với người khởi xướng phong trào là Nhà thơ Khế Iêm. Quyết cùng nhau đẩy mạnh cuộc trào lưu lịch sử, thật mới mẻ, chung trong cõi của thơ Việt là thơ Tân Hình Thức.

Và kỳ diệu thay, anh đã thành công, mà hơn nhất là anh " không sửa một chữ nào". Anh vẫn giữ nguyên bản gốc của các Nhà thơ, mà nhạc anh phổ, khi nghe qua vẫn hay như những ca khúc hữu hạnh... **Nguyễn Giác Phan Tấn Hải**

TRẢ LỜI THƯ TÍN

1/ Tòa soạn Văn Học Mới, xin chân thành cảm ơn quí thân hữu là Nhà thơ, Nhà văn, Nhà Phê Bình, Biên khảo đã hết lòng ủng hộ..

Rất cảm ơn quí vị đã vì yêu mến VHNT nên không chút lo ngại khi nhiệt tình mua báo dài hạn.

Một niềm hạnh phúc nồng nàn đầy chất khích lệ là gia hạn sự ủng hộ cũng như tiếp tục đóng góp bài vở thường xuyên ... của quí tác giả, quí mạnh thường quân...

Tòa soạn VHM cũng không quên cảm ơn quí vị mua tạp chí của chúng tôi trên Amazon, kể cả mua trong những nhà sách ...

1/Con đường "Lập Đức" của tạp chí VHM vẫn luôn là việc ưu tiên hàng đầu. Vì thế "tiếng thơm đồn xa". Vẫn có lai rai thành viên mới cộng tác, cũng do từ anh em thành viên cũ có quá trình "làm ăn khấm khá với VHM nên giới thiệu cho bạn bè của họ!! Từ đó trong VHM số 20 kỳ đã bắt đầu gia tăng tác giả mua báo dài hạn

2/ VHM một mực thể hiện tình yêu thương quí trọng đến những tác giả đã một đời sống chết với Văn Học Việt Nam, đã để lại nhiều tác phẩm đóng góp.!! (Không phải riêng vì đã cộng tác với VHM mà chúng tôi mới làm số đặc biệt tưởng niệm ...) Mà là thể hiện sống theo đạo lý của dân tộc Việt mình là "Ăn trái nhớ kẻ trồng cây hay uống nước nhớ nguồn..

Có thể kể từ khi VHM ra đời, đã làm số đặc biệt tưởng niếm đến: (Số 2) tưởng niệm nhà thơ/ nhà biên khảo văn học Trần Văn Nam. (Số 6) tri ân nhà thơ/nhà văn/nhạc sĩ Nguyễn Đình Toàn. (Số 8) là số đặcbiệt coi như vinh danh Giai Phẩm Chủ Đề do nhà văn Nguyễn Trung Hối điều hành. (Số 10) tưởng niệm hai nhạc sĩ Nguyễn Hiền và Trầm Tử Thiêng. (Số 13) tưởng niệm Thi sĩ Giáo sư Trần Hồng Châu. Số 16) tưởng niệm nhà thơ Kim Tuấn... Và đến số 20, tưởng niệm nhà thơ/nhà văn Hoài Ziang Duy, một tác giả cộng tác đắc lực với tạp chí Văn Học Mới...Đến số 21 là số không chủ đề gì ...

3/ Trong trang Trả Lời Thư Tín thường kỳ, bổn báo xin giữ nguyền 2 phần trả lời 1& 2. Mục đích để có sự liên tục khi nói đến gồm có bao nhiêu số mà VHM đặc biệt tưởng niệm đến những VNS mà chúng tôi đã làm trong mấy năm qua. Chúng tôi sẽ thông báo trước ít nhất 2 số, về dự trù cho những số tiếp theo sẽ là số tưởng niệm và bài viết chuyên đề về Ký giả / Nhà văn / Thi sĩ Hoài Trinh (trong thời kháng chiến chống Pháp, có in trong cuốn "Thi Nhân Việt Nam Hiện Đại Quyển 1 - Do Phạm Thanh biên soạn - NXB Sống Mới 1959). Nhưng sau khi thảo luận với các nhà biên khảo thì bị trở ngại, bởi 1 lý do thiết yếu và duy nhất là Thi sĩ Hoài Trinh, dù nổi tiếng trong những thập niên trước của thời ông sinh hoạt, nhưng chí có nhiều bản thảo về truyện và thơ mà chưa bung ra đời bằng sách xuất bản. Từ đó kêu gọi người viết thì thiếu hẳn tài liệu. Chính vì thế chúng tôi sẽ tiếp tục tưởng niệm hay vinh danh những tên tuổi dưới đây:

Số 28 Vinh danh Nhà Văn Nguyễn Văn Sâm
Số 31 Tưởng niệm Nhà văn Nguyễn Xuân Hoàng
Số 32 Tưởng niệm Nhạc sĩ Đỗ Lễ
Số 33 Vinh Danh Nhà Thơ Hoàng Xuân Sơn
Số 34 Bắt đầu phát hành vào tháng 11.2024 - mỗi tháng ra 1 số báo ...

4/ VHM số 24 tưởng niệm Nhà văn Nguyễn Trung Hối

5/ Trong 2 tháng vừa qua, VHM làm hai số dồn một, tức là số "22 &23" thuộc số tháng 2 năm 2023 Xuân Quí Mão. Chính bổn báo cũng không ngờ rằng với chỉ mục đích là "Kỷ Niệm 5 Năm Phát Hành Văn Học Mới" thôi!! (Theo dự trù là nhắm giới thiệu sự nghiệp sáng tác của mỗi tác giả) nên dành nhiều trang để họ có dịp tỏ bày... Ngờ đâu rằng "phóng lao thì phóng theo lao" ... Số trang tăng vọt lên chưa từng có trong lịch sử của mọi thời, mọi tờ báo Văn Học. (tăng gần 8 trăm trang). Khiên tờ báo nặng ký như cuốn tự điển.... Phát hành xong, mỗi tác giả đều có trong tay, hẳn nhiên sự trố mắt nhìn và tóm tắt khen ngợi không tiếc lời!!

6/ Trong Văn Học Mối số 22 & 23 Xuân Quí Mão vừa qua, có số lượng tác giả gia hạn mua báo dài hạn cũng tăng đều đặn.... Bổn báo chân thành cảm ơn quí tác giả tích cực cộng tác với VHM và nhiệt tình ủng hộ báo dài hạn. Một hành động nhân quả tốt đẹp là một niềm khích lệ vô cùng lớn lao cho tờ báo thêm mạnh bước chân cứng đá mềm!!

7/ VHM số 27 & 28 đã công bố trước ngày bắt đầu của "Giải Thơ Văn Học Mới 2024" . Thật sự ngày tháng bắt đâu nhận bài là giữa tháng hai và kết thúc đến giữa tháng 5 > Tháng 6 mới công bố kết quả giải, nhưng từ khi bắt đầu công bố sớm trên VHM số 27, đã có hàng loạt người ở khắp nơi đã gửi bài dự thi trước rồi, Đó là một biểu hiện tích cực đầy lạc quan cho Giải Thơ mang tính đột phá và thăng hoa cho "dòng chảy VHNT" ở Hải Ngoại của chúng ta....Mãi cho đến VHM số 29 Xuân Giáp Thìn cận kề đến, số lượng người tham dự càng tiếp tục gia tăng hơn. Chúng tôi đang chuẩn bị đánh "số mật mã cho mỗi tác giả" để giữ công bằng và gửi đến mỗi giám khảo trong hội đồng chấm giải...

8/ Xin quý tác giả **LƯU Ý** , khi gởi bài cho Văn Học Mới - **Bộ mới phát hành mỗi tháng ra một số (1 Tháng / ra 1 số - "Nguyệt San Báo) :**
- Về thơ: Không quá 3 trang...
- Về Truyên ngắn: Không quá 12 trang, nếu hơn ... có thể đăng làm 2 kỳ)

BÀI VỞ GỞI VỀ VĂN HỌC MỚI:

Gởi sáng tác, xin kèm theo địa chỉ, tên thật (có thể), số phone và Email. Gởi đến Văn Học Mới xin vui lòng đừng gởi báo khác. ***Nay Văn Học Mới phát hành theo định kỳ mỗi tháng ra 1 số. Như vậy trong vòng 1 tháng sau đó mà không thấy đăng, thì quí vị có quyền đăng báo khác. Điều quan trọng Văn Học Mới muốn nhắn nhủ đến quí tác giả là: Chúng tôi không đăng bài đã: 1/Đăng trên Facebook. 2/ Hoặc bất cứ đâu. 3/ Không nhận bài vở viết tay...***

Văn Học Mới xin quí vị lưu ý: là tạp chí **không có qui định trả tiền nhuận bút cho bất cứ tác giả nào cộng tác.** *(Vì vậy, mỗi tác giả trong nước khi gởi bài đăng , dưới tác phẩm thơ / văn, ngoài bút danh với tên thật hay điện thoại là tốt... Nhưng xin đừng ghi như bên VN là CMND và tài khoản ..v..v..*

Bài vở đánh máy trên một mặt giấy. Xin dùng Microsoft Word với công cụ đánh chữ **Uni Code hay Unikey** là tốt nhất. Nên dùng Font chữ thông dụng nhất là **Time New Roman.** *Bài vở không đăng chúng tôi không gởi trả lại. Theo nguyên tắc chờ một số mà không thấy đăng, số kế tiếp nếu có đăng thì chúng tôi sẽ thông báo, để quí vị không đăng báo khác...*

TẠP CHÍ VĂN HỌC MỚI
PHÁT HÀNH 12 SỐ /NĂM
BẮT ĐẦU SỐ 34 / PHÁT HÀNH VÀO THÁNG 11/2024

NHẬN BÀI TỪ NGÀY 1 ĐẾN NGÀY 15
NẾU AI GỬI TRỄ - SẼ DỜI LẠI SỐ SAU
Gửi bài vở cho tạp chí Văn Học Mới theo 3 hộp thư:
vanhocmoi4@gmail.com
ntlthu1016@gmail.com
hanguyendu@gmail.com
Ngân phiếu/ chí phiếu mua báo dài hạn, xin đề:
HA NGUYEN
10291 Arundel, Ave
Westminster, CA 92683 - USA
Một cách rất tiện lợi và nhanh nhất là gởi trả qua công cụ có sẵn trong mỗi. ngân hàng là ; Zelle. (khi tác giả nào cần trả qua Zelle hãy email trước cho biết , sẽ cho số phone , kèm theo tên Ha Nguyen nữa là xong.
Liên lạc mua báo trong nước : ntlthu1016@gmail.com

GIÁ BIỂU BÁO DÀI HẠN 12 SỐ / NĂM

HOA KỲ / MỘT NĂM / $ 240.00 . HAI NĂM $ 460.00

MUA______/ NĂM

CANADA / AUSTRALIA / PHÁP / ĐỨC
MỘT NĂM $ 280.00 . HAI NĂM / $540.00

MUA______/ NĂM

GIÁ BÁN TẠI CÁC NHÀ SÁCH US $20.00

GIÁ BIỂU BÁO DÀI HẠN 12 SỐ / NĂM

HOA KỲ / MỘT NĂM / $ 240.00 . HAI NĂM $ 460.00

MUA______/ NĂM

CANADA / AUSTRALIA / PHÁP / ĐỨC
MỘT NĂM $ 280.00 . HAI NĂM / $540.00

MUA______/ NĂM

GIÁ BÁN TẠI CÁC NHÀ SÁCH US $20.00

Chúng tôi NHẬN in ấn tác phẩm thuộc VHNT

NHÀ XUẤT BẢN VĂN HỌC MỚI

Phát hành toàn cầu qua hệ thống Amazon.
Sẽ giao đến tận nhà quí vị. Trên
tinh thần ủng hộ quí Văn Nghệ Sĩ
và thân hữu trong giới sáng tác
Liên lạc Hà Nguyên Du

hanguyendu@gmail.com
vanhocmoi4@gmail.com
ntlthu@1016@gmail.com

Ảnh bìa: Tranh Xé Giấy Nữ Họa sĩ Phan Hạ Du
Trình bày Bìa và Nội dung: HÀ NGUYÊN DU

www.ingramcontent.com/pod-product-compliance
Ingram Content Group UK Ltd.
Pitfield, Milton Keynes, MK11 3LW, UK
UKHW021322110926
15112UKWH00003B/6

9 798330 427437